40가지 현지에서 바로 쓰는 상황별 회화·듣기 필수 문형

베트남어
실전 듣기·말하기 Ⅰ·Ⅱ
합본

김효정·시원스쿨어학연구소 지음

S 시원스쿨닷컴

베트남어
실전 듣기 · 말하기 I · II 합본

초판 1쇄 발행 2025년 2월 20일

지은이 김효정 · 시원스쿨어학연구소
펴낸곳 (주)에스제이더블유인터내셔널
펴낸이 양홍걸 이시원

홈페이지 vietnam.siwonschool.com
주소 서울시 영등포구 영신로 166 시원스쿨
교재 구입 문의 02)2014-8151
고객센터 02)6409-0878

ISBN 979-11-6150-946-4 13730
Number 1-420501-26260907-06

이 책은 저작권법에 따라 보호받는 저작물이므로 무단복제와 무단전재를 금합니다. 이 책 내용의 전부 또는 일부를 이용하려면 반드시 저작권자와 ㈜에스제이더블유인터내셔널의 서면 동의를 받아야 합니다.

40가지 현지에서 바로 쓰는 상황별 회화·듣기 필수 문형

베트남어
실전 듣기·말하기 I

Contents

이 책의 구성과 활용

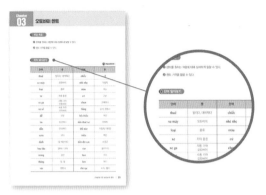

단어 확인하기

각 과에서 반드시 학습해야 할
단어를 보기 쉽게 제시하였습니다.

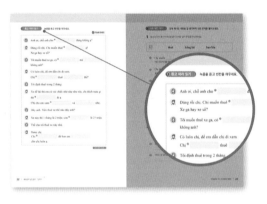

듣고 따라 읽기

주제와 관련된 회화문을
들으며 따라 읽어 보세요.

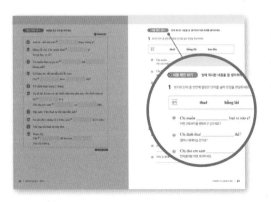

내용 확인하기

앞에서 학습한 내용을 기억하며
문제를 확인해 봅니다.

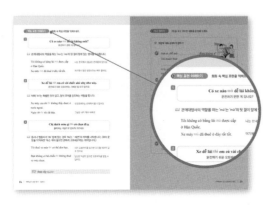

핵심 표현 이해하기

핵심 문법을 이해하고, 다양한 예문을
함께 익힙니다.

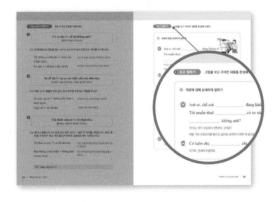

보고 말하기

한국어 뜻을 보고 베트남어를 써보며
표현을 익힙니다.
완성된 문장을 따라 말해보세요.

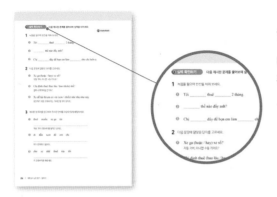

실력 확인하기

다양한 유형의 문제를 통해 실력을
확인합니다.

MP3 무료 다운로드

▶MP3 무료 다운로드

vietnam.siwonschool.com

· MP3 무료 다운로드 파일은 홈페이지 접속 ▶ 학습지원센터 ▶ 공부 자료실에서
  다운로드 받으실 수 있습니다.

택시 1

1 학습 목표

① 이동하고자 하는 목적지를 말할 수 있다.

② 택시에서 내릴 수 있다.

2 단어 알아보기

Track 01-01

단어	뜻	단어	뜻
muốn	원하다, 하고 싶다	nó	그것
đi	가다	nằm	위치하다
đâu	어디	đường	길, 도로
biết	알다	nào	어느, 어떤
khách sạn	호텔	lên xe	차에 타다
này	이 (지시대명사)	chạy	달리다
nhiều	많은, 많이	nhanh	빠른
chi nhánh	지점	chút	잠시, 조금
lắm	매우	đang	~하는 중이다
địa chỉ	주소	vội	급한
cụ thể	구체적인	đến	도착하다
hơn	~보다 더	nơi	장소, 곳
nhưng	그러나	xuống	내리다
rõ	정확한	ở đây	여기에

🎧 Track 01-02

Chị ❶ _____ ạ?

Anh ❷ _____ khách sạn ABC _____ không?

Khách sạn này có nhiều chi nhánh lắm, chị có địa chỉ cụ thể hơn không?

Ở quận 3 đó anh, nhưng tôi không rõ nó ❸ _____ nữa.

À, em biết ở đâu rồi. Chị ❹ _____ đi ạ.

Anh ơi, anh ❺ _____ chút được không? Tôi đang _____.

Được chị ạ.
Mình đến nơi rồi đó chị. Chị ❻ _____ ở đâu?

Cho tôi ❼ _____. Cảm ơn anh nhé.

Dạ, ❽ _____ nhé.

듣기 대본 130쪽

1 보기의 단어 중 빈칸에 알맞은 단어를 넣어 문장을 완성하세요.

보기	nhanh	biết	xuống

❶ Anh có _____ khách sạn ABC ở đâu không?
   ABC라는 호텔이 어디에 있는지 아세요?

❷ Anh chạy _____ hơn chút được không?
   기사님, 더 빨리 가주실 수 있나요?

❸ Cho tôi _____ ở đây.
   여기에서 내려주세요.

2 내용이 맞으면 O, 틀리면 X를 표시하세요.

❶ Chị ấy biết khách sạn ở đường nào.   (   )

❷ Khách sạn ABC chỉ có 1 chi nhánh thôi.   (   )

❸ Chị ấy lo không kịp thời gian.   (   )

3 다음 질문에 알맞은 대답을 베트남어로 써 보세요.

❶ 왜 택시 기사님은 구체적인 주소를 물어봤나요?

   _____

❷ 승객은 호텔 주소 중 어떤 것을 알고 있나요?

   _____

❸ 왜 승객은 빨리 가달라고 요청했나요?

   _____

1

Anh có biết khách sạn ABC ở đâu không?
ABC라는 호텔이 어디에 있는지 아세요?

📖 'có biết ~ ở đâu không?'은 '~(이)가 어디에 있는지 아나요?'라는 의미로 의문사인 'đâu'를 'biết(알다)'의 목적어로 나타낸 표현입니다.

Bạn có biết taxi ở đâu không?   당신은 택시가 어디에 있는지 아나요?

Bạn có biết nhà hàng Hàn Quốc ở đâu   당신은 한국 식당이 어디에 있는지 아나요?
không?

2

Tôi không rõ nó nằm ở đường nào nữa.
3군인데, 어느 길에 있는지는 모르겠어요.

📖 '정확한'이라는 의미를 나타내는 'rõ' 앞에 부정의 의미인 'không'을 붙여 어떤 사실에 대해 불확실함을 표현할 때 사용합니다.

Tôi không rõ lên xe buýt ở đâu.   나는 버스를 어디에서 타는지 잘 모르겠어요.

Tôi không rõ tên công ty mà anh ấy   나는 그가 일하고 있는 회사 이름을 모르
đang làm.   겠어요.

3

Cho tôi xuống ở đây.
여기에서 내려주세요.

📖 'cho + 대상 + 동사'에서 'cho'는 사역 동사로 '대상이 ~하게 하다'라는 뜻입니다.
즉, '대상이 ~할게요'의 의미로 사용합니다.

Cho tôi đến khách sạn.   내가 호텔로 가게 해주세요.
                                       (저 호텔로 갈게요.)

Cho tôi biết địa chỉ email của anh ấy. 내가 그의 이메일 주소를 알게 해주세요.
                                       (나에게 그의 이메일 주소를 알려주세요.)

단어   **nhà hàng** 식당 | **xe buýt** 버스 | **công ty** 회사

1 목적지 말하기

Anh có _____ khách sạn ABC

_____?

Ở quận 3 đó anh, nhưng

tôi _____ nó _____ nữa.

ABC라는 호텔이 어디에 있는지 아세요?

3군인데, 어느 길에 있는지는 모르겠어요.

À, em _____ rồi. Chị _____ đi ạ.

어딘지 알겠어요. 차에 타세요.

2 원하는 곳에 내리기

Mình _____ rồi đó chị.

Chị muốn xuống ở đâu?

도착했어요.

어디 내리실 건가요?

Cho tôi xuống ở đây. _____ anh nhé.

여기에서 내려주세요. 감사합니다.

Dạ, cảm ơn chị nhé.

네, 감사합니다 손님.

🎧 Track 01-03

1 녹음을 들으며 빈칸을 채워 보세요.

❶ Chị muốn _____ ạ?

❷ Khách sạn này có nhiều _____ lắm.

❸ Tôi đang _____.

2 다음 문장에 알맞은 단어를 고르세요.

❶ Tôi không (có / rõ) nằm ở đường nào nữa.
어느 길에 있는지는 모르겠어요.

❷ Chị (lên / xuống) xe đi ạ.
차에 타세요.

❸ Chị muốn (đi / xuống) ở đâu?
어디 내리실 건가요?

3 제시된 한국어를 참고하여 주어진 단어를 어순에 맞게 배열하세요.

❶ ở đâu   anh   không   có   khách sạn ABC   biết

_____

ABC라는 호텔이 어디에 있는지 아세요?

❷ quận 3   đó   ở   anh

_____

3군이에요.

❸ chạy   nhanh   được không   chút   hơn   anh

_____

더 빨리 가주실 수 있나요?

1) 학습 목표

❶ 특정 장소로 택시를 부를 수 있다.

❷ 택시 탑승 위치를 변경할 수 있다.

2) 단어 알아보기

🎧 Track 02-01

단어	뜻	단어	뜻
đặt	예약하다	phía trước	앞쪽
phải không?	~(이)가 맞죠?	tắc đường	길이 막히다
đúng	맞는, 옳은	nhà hàng	식당
~ chưa	완료의 여부를 물어볼 때 사용하는 말	phía sau	뒤쪽
gần	거의	cũng được	괜찮다, ~도 되다
đứng	서다	đi qua	가다, 통과하다
giờ	지금	khi nào	~할 때
trước	앞에	gọi	전화하다
cửa	문	lại	다시
trung tâm thương mại	백화점, 센터	phút	분
đón	마중하다	nữa	더
sắp ~ rồi	곧 ~할 것이다	liền	바로
ngã tư	사거리		

👩 A lô.

👨 A lô. Chị ❶ _____ phải không ạ?

👩 Vâng, đúng rồi. Anh ❷ _____ nơi _____?

👨 Em gần đến rồi đây. Chị đang ❸ _____ đó chị?

👩 Giờ tôi đang đứng ❹ _____ trung tâm thương mại ABC.

Anh đến đây ❺ _____ được không?

👨 Em ❻ _____ đến _____, nhưng ngã tư phía trước đang tắc đường.

Em đón chị ở trước nhà hàng Hà Nội phía sau trung tâm thương mại được không ạ?

👩 À, cũng được anh. Thế ❼ _____ qua đó.

Khi nào anh đến thì gọi lại cho tôi nhé.

👨 Vâng chị, 5 phút nữa em ❽ _____.

듣기 대본 131쪽

1 보기의 단어 중 빈칸에 알맞은 단어를 넣어 문장을 완성하세요.

보기	gọi	đặt	đón

❶ Chị _____ tắc xi phải không ạ?
택시 예약하신 분 맞으시죠?

❷ Anh đến đây _____ tôi được không?
여기로 와 주실 수 있나요?

❸ Khi nào anh đến thì _____ lại cho tôi nhé.
도착할 때 전화해 주세요.

2 내용이 맞으면 O, 틀리면 X를 표시하세요.

❶ Chị ấy đang chờ tắc xi trước cửa công ty ABC.　　　(　　　)

❷ Giờ này đường hết tắc rồi.　　　(　　　)

❸ Người lái xe sẽ đón chị ấy ở trung tâm thương mại ABC. (　　　)

3 다음 질문에 알맞은 대답을 베트남어로 써 보세요.

❶ 승객이 택시 기사와 통화하기 전 서있는 곳은 어디인가요?

_____

❷ 승객과 택시 기사가 통화 후 만나기로 한 곳은 어디인가요?

_____

❸ 승객과 택시 기사는 왜 그곳에서 만나기로 했나요?

_____

1

> ### Giờ tôi đang đứng trước cửa trung tâm thương mại ABC.
> 지금 ABC 백화점 앞에 있어요.

📖 'giờ'는 '시(時)'의 뜻 외에 '지금'이라는 의미가 있습니다. 'giờ' 뒤에 현재 진행형 시제인 'đang'이 함께 쓰여 '지금 ~하는 중이다, 지금 ~하고 있다'의 표현이 됩니다.

Giờ tôi đang chờ anh ấy.	지금 나는 그를 기다리는 중이에요.
Giờ bạn đang ở đâu?	지금 당신은 어디에 있어요?

2

> ### Em sắp đến rồi.
> 곧 도착해요.

📖 '곧 ~할 것이다'를 뜻하는 'sắp'과 완료를 나타내는 'rồi'가 합쳐져 미래완료 시제를 나타냅니다. 확실한 미래에 대한 표현을 할 때 사용합니다.

Chị ấy sắp về Hàn Quốc rồi.	그녀는 곧 한국으로 돌아가요.
Anh ấy sắp đi ra ngoài rồi.	그는 곧 밖으로 나가요.

3

> ### Thế để tôi đi qua đó.
> 그럼 제가 거기로 갈게요.

📖 'để + 대상 + 동사'에서 'để'는 사역 동사로 '대상이 ~하게 두다'라는 뜻입니다.

Để tôi xem lại.	내가 다시 보게 두세요.(내가 다시 볼게요.)
Để anh ấy suy nghĩ.	그가 생각하게 두세요.

단어 **chờ** 기다리다 | **suy nghĩ** 생각하다 | **thắc mắc** 궁금하다, 의문을 갖다

그림을 보고 주어진 대화를 완성해 보세요.

❶ 특정 장소로 택시 부르기

A lô. Chị _____ phải không ạ?

여보세요. 택시 예약하신 분 맞으시죠?

Vâng, đúng rồi. Anh _____?

네, 맞아요. 도착하셨나요?

Chị đang _____ đó chị?

지금 어디에 서 계세요?

Giờ tôi đang đứng _____ trung tâm thương mại ABC.

지금 ABC 백화점 앞에 있어요.

❷ 탑승 위치 변경하기

Em đón chị ở _____ Hà Nội
_____ trung tâm thương mại
được không ạ?

혹시 백화점 뒤에 하노이 식당 앞에서 타시는건 어떠세요?

À, _____ anh. Thế để tôi đi qua đó.

아, 괜찮아요. 그럼 제가 거기로 갈게요.

Vâng chị, _____ em đến liền.

네, 5분 안에 바로 도착합니다.

🔊 Track 02-03

1 녹음을 들으며 빈칸을 채워 보세요.

❶ Em _____ đến rồi đây.

❷ Em _____ đến _____, nhưng _____ phía trước đang tắc đường.

❸ Thế _____ tôi đi _____ đó.

2 다음 문장에 알맞은 단어를 고르세요.

❶ Chị đang (đúng / đứng) ở đâu đó chị?
지금 어디에 서 계세요?

❷ Anh đến đây (dọn / đón) tôi được không?
여기로 와 주실 수 있나요?

❸ Khi nào anh đến thì (gọi / gói) lại cho tôi nhé.
도착할 때 전화해 주세요.

3 제시된 한국어를 참고하여 주어진 단어를 어순에 맞게 배열하세요.

❶ đặt   phải không   tắc xi   ạ   chị

_____

택시 예약하신 분 맞으시죠?

❷ đón   đến   anh   tôi   đây   được không

_____

여기로 와 주실 수 있나요?

❸ gọi   khi nào   cho   anh   nhé   đến   thì   lại   tôi

_____

도착할 때 전화해주세요.

1 학습 목표

❶ 렌트를 원하는 차량에 대해 상세하게 말할 수 있다.

❷ 렌트 가격을 물을 수 있다.

2 단어 알아보기

단어	뜻	단어	뜻
thuê	빌리다, 대여하다	chiếc	대
xe máy	오토바이	nhè nhẹ	가볍게
loại	종류	màu	색상
xe	차의 총칭	cứ	그냥
xe ga	자동 기어 오토바이	chọn	선택하다
xe số	수동 기어 오토바이	bằng	증서, 증명서
dễ	쉬운	hộ chiếu	여권
lái	운전하다	tiền thuê xe	대여비
dẫn	안내하다	thế nào	어떻게, 어떠한
xem	보다	triệu	백만
định	~할 예정이다	tiền đặt cọc	보증금
bao lâu	얼마나 오래	vào	들어가다
trong	동안	bọn	무리
tháng	달, 월	làm	하다
vài	몇몇의	thủ tục	수속, 절차

👩 Anh ơi, chỗ anh cho **❶** _____ đúng không ạ?

👨 Đúng rồi chị. Chị muốn thuê **❷** _____ ạ?

Xe ga hay xe số?

👩 Tôi muốn thuê xe ga, có **❸** _____ mà _____

không anh?

👨 Có luôn chị, để em dẫn chị đi xem.

Chị **❹** _____ thuê _____ thế?

👩 Tôi định thuê trong 2 tháng.

👨 Xe dễ lái thì em có vài chiếc nhè nhẹ như này, chị thích màu gì

thì **❺** _____ đi ạ.

Chị cho em xem **❻** _____ và _____ nhé.

👩 Đây anh. Tiền thuê xe thế nào đấy anh?

👨 Xe này thì 1 tháng là 2 triệu, còn **❼** _____ là 25 triệu.

👩 Thế cho tôi thuê xe này nhé.

👨 Được chị.

Chị **❽** _____ để bọn em _____

cho chị luôn ạ.

듣기 대본 132쪽

1 보기의 단어 중 빈칸에 알맞은 단어를 넣어 문장을 완성하세요.

보기	thuê	bằng lái	bao lâu

❶　Chị muốn _____ loại xe nào ạ?
　　어떤 오토바이를 렌트하고 싶으세요?

❷　Chị định thuê _____ thế?
　　얼마나 대여하실 건가요?

❸　Chị cho em xem _____ và hộ chiếu nhé.
　　면허증이랑 여권 보여주세요.

2 내용이 맞으면 O, 틀리면 X를 표시하세요.

❶　Chị ấy muốn thuê xe ga.　　　　　　　　　　(　　　)

❷　Chị ấy định thuê trong 1 tháng.　　　　　　　(　　　)

❸　Không có tiền đặt cọc để thuê xe máy.　　　　(　　　)

3 다음 질문에 알맞은 대답을 베트남어로 써 보세요.

❶　여자는 어떤 목적으로 이 가게에 방문했나요?

　　_____

❷　남자는 여자에게 무엇을 요구했나요?

　　_____

❸　여자는 총 얼마를 지불해야 하나요?

　　_____

5 핵심 표현 이해하기   회화 속 핵심 표현을 익혀보세요.

1

Có xe nào mà dễ lái không anh?
운전하기 편한 게 있나요?

📖 관계대명사의 역할을 하는 'mà'는 'mà'의 뒷 절이 앞에 있는 명사를 수식합니다.

Tôi không có bằng lái mà được cấp ở Hàn Quốc.

나는 한국에서 발급된 면허증이 없어요.

Xe máy mà đã thuê ở đây rất tốt.

여기에서 빌린 오토바이는 매우 좋아요.

2

Xe dễ lái thì em có vài chiếc nhè nhẹ như này.
운전하기 쉬운 오토바이는 가벼운 몇 대가 있어요.

📖 이때 'thì'는 특별한 뜻이 없고, 앞의 주어를 강조하는 역할을 합니다.

Xe máy của tôi thì không thấy được ở nước ngoài.

내 오토바이는 외국에서 볼 수 없어요.

Ngày đó thì tôi rất bận.

그날은 내가 매우 바빠요.

3

Chị thích màu gì thì cứ chọn đi ạ.
좋아하는 색상으로 편하게 고르세요.

📖 동사나 형용사가 'thì' 앞에 있는 경우 'thì'는 '~하면'의 의미를 나타냅니다. (위의 문장을 직역하면 '무슨 색이 좋으면 편하게 고르세요'라는 의미입니다.)

Tôi thuê xe máy thì có thể đón bạn.

내가 오토바이를 빌리면 당신을 데리러 갈 수 있어요.

Bạn không có hộ chiếu thì không thuê xe máy được.

당신은 여권이 없으면 오토바이를 빌릴 수 없어요.

단어 **được cấp** 발급되다

---

1 차량에 대해 상세하게 말하기

Anh ơi, chỗ anh _____ đúng không ạ?

Tôi muốn thuê _____, có xe nào mà

_____ không anh?

저기요, 여기 오토바이 렌트하는 곳이죠?

자동 기어 오토바이를 빌리고 싶은데, 운전하기 편한 게 있나요?

Có luôn chị, _____ chị đi xem.

있어요, 안내해 드릴게요.

---

2 렌트 가격 묻기

Chị _____ thì cứ chọn đi ạ.

좋아하는 색상으로 편하게 고르세요.

Tiền thuê xe thế nào đấy anh?

대여비는 어떻게 되나요?

_____ 1 tháng là 2 triệu, còn tiền đặt cọc là 25 triệu.

이 오토바이는 한 달에 200만 동이고, 보증금은 2,500만 동이에요.

Thế _____ xe này nhé.

그럼 이 오토바이로 해주세요.

🎧 Track 03-03

1 녹음을 들으며 빈칸을 채워 보세요.

❶ Tôi _____ thuê _____ 2 tháng.

❷ _____ thế nào đấy anh?

❸ Chị _____ đây để bọn em làm _____ cho chị luôn ạ.

2 다음 문장에 알맞은 단어를 고르세요.

❶ Xe ga (hoặc / hay) xe số?
자동 기어, 아니면 수동 기어요?

❷ Chị định thuê (bao lâu / bao nhiêu) thế?
얼마나 대여하실 건가요?

❸ Xe dễ lái thì em có vài (con / chiếc) nhè nhẹ như này.
운전하기 쉬운 오토바이는 가벼운 몇 대가 있어요.

3 제시된 한국어를 참고하여 주어진 단어를 어순에 맞게 배열하세요.

❶ thuê   muốn   xe ga   tôi

_____

자동 기어 오토바이를 빌리고 싶어요.

❷ đi   dẫn   xem   để   em   chị

_____

제가 안내해 드릴게요.

❸ cho   xe   nhé   thuê   này   tôi

_____

이 오토바이로 해주세요.

자동차 렌트

1 학습 목표

❶ 렌트를 원하는 차량에 대해 상세하게 말할 수 있다.

❷ 운전기사가 포함되었는 지 물을 수 있다.

2 단어 알아보기

Track 04-01

단어	뜻	단어	뜻
xe ô tô	자동차	lái xe = tài xế	운전기사
cỡ	크기, 사이즈	bao (gồm)	포함하다
lớn	큰	cơm	밥
dành cho	~(을)를 위한	tiền ăn	식비
gia đình	가족	trả	계산하다, 지불하다
bên	쪽, 편	riêng	각각, 따로
mấy	몇	khoản	조항, 항목
ngày	날, 일	thương lượng	협의하다
bằng lái xe	면허증	với nhau	서로
quốc tế	국제	동사 + luôn	바로 ~하다
cả	~까지도		

Track 04-02

À, chỗ mình có cho❶ _____ không anh?

Có ạ. Chị muốn thuê xe loại nào?

Tôi muốn thuê xe cỡ lớn, loại ❷ _____ 7, 8 người ấy.

Xe đó thì bên em có ạ. Chị muốn thuê ❸ _____ ?

Trong 2 ngày.

Chị có ❹ _____ quốc tế không ạ?

Không có, tôi chưa có bằng lái xe ô tô.
Bên anh có cho thuê ❺ _____ không?

Có ạ. Tiền thuê xe riêng là 2 triệu 1 ngày, còn tiền thuê tài xế là 1 triệu 1 ngày.

Chi phí này có ❻ _____ chưa ạ?

Tiền ăn thì chị phải ❼ _____ cho tài xế chị nhé.
Khoản này thì chị và tài xế có thể thương lượng với nhau.

Ok anh, cho tôi ❽ _____ xe ô tô _____ ạ.

듣기 대본 133쪽

앞에 제시된 내용을 잘 생각하며 다음 문제를 풀어보세요.

1 보기의 단어 중 빈칸에 알맞은 단어를 넣어 문장을 완성하세요.

보기	quốc tế	cỡ	chi phí

❶ Tôi muốn thuê xe _____ lớn.
대형차를 빌리고 싶어요.

❷ Chị có bằng lái xe _____ không ạ?
국제면허증이 있으세요?

❸ _____ này có bao cơm chưa ạ?
이 비용에 식비가 포함되나요?

2 내용이 맞으면 O, 틀리면 X를 표시하세요.

❶ Chị ấy biết lái xe.   (   )

❷ Chị ấy muốn thuê xe dành cho gia đình.   (   )

❸ Tiền ăn cho tài xế thì chị ấy phải trả riêng.   (   )

3 다음 질문에 알맞은 대답을 베트남어로 써 보세요.

❶ 여자는 며칠 동안 차를 빌리기를 원하나요?

_____

❷ 왜 여자는 운전기사를 포함해서 차를 빌리기를 원하나요?

_____

❸ 운전기사님 식비는 어떻게 정하나요?

_____

1

Tôi muốn thuê xe cỡ lớn, loại dành cho gia đình 7, 8 người ấy.
대형차이고, 가족 7, 8명 타려고 빌리고 싶어요.

📖 'dành cho'는 뒤에 오는 명사에 대해 '~(을)를 위해, ~만을 위한'의 의미를 나타냅니다.

Quyển sách này dành cho người nước ngoài.	이 책은 외국인을 위한 것이에요.
Đồ này dành cho thiếu nhi.	이것은 어린이용이에요.

2

Bên anh có cho thuê cả lái xe không?
운전기사님 포함해서 렌트할 수 있나요?

📖 'cả'는 '~(을)를 포함해서'라는 뜻으로, 'cả' 뒤에 나오는 내용을 모두 포함하여 말할 때 사용하는 표현입니다.

Tôi sẽ thuê xe ô tô cỡ lớn, xe ô tô cỡ nhỏ và cả xe máy.	나는 오토바이를 포함해서 대형차, 소형차를 빌릴 거예요.
Tôi đang sống với 5 người bao gồm cả bạn của bạn.	나는 친구의 친구를 포함한 5명과 함께 살고 있어요.

3

Tiền ăn thì chị phải trả riêng cho tài xế chị nhé.
운전기사 식비는 따로 지불하셔야 해요.

📖 'riêng'은 '따로, 개별의'라는 뜻으로, 동사 뒤에 위치할 경우 '따로 ~하다'라는 의미입니다.

Chúng ta hãy trả riêng nhé!	우리 더치페이하자!
Tôi sẽ nói riêng cho bạn.	당신에게 따로 말해줄게요.

단어 **đồ** 물건, 것 | ***thiếu nhi*** 어린이

① 차량에 대해 상세하게 말하기

_____ mình có cho thuê

_____ không anh?

Tôi muốn thuê xe _____, loại dành cho gia đình 7, 8

_____ ấy.

여기서 자동차도 렌트할 수 있나요? 대형차이고, 가족 7, 8명 타려고 빌리고 싶어요.

Xe đó thì _____ có ạ.

그런 차 있어요.

② 운전기사 포함 여부 물어보기

Bên anh có _____ cả

_____ không?

운전기사님 포함해서 렌트할 수 있나요?

Có ạ. Tiền thuê xe _____ là 2 triệu 1 ngày, còn

tiền thuê _____ là 1 triệu 1 ngày.

_____ thì chị phải trả riêng cho _____

chị nhé.

있어요. 자동차 렌트비는 하루 2백만 동이고, 운전기사 렌트비는 하루 1백만 동이에요.
운전기사 식비는 따로 지불하셔야 해요.

🎧 Track 04-03

1 녹음을 들으며 빈칸을 채워 보세요.

❶   Chị muốn _____ loại nào?

❷   Chị muốn thuê trong _____?

❸   Khoản này thì chị và tài xế có thể _____ với nhau.

2 다음 문장에 알맞은 단어를 고르세요.

❶   Chỗ mình có cho thuê (xe máy / xe ô tô) không anh?
여기서 자동차도 렌트할 수 있나요?

❷   Tôi muốn thuê xe cỡ lớn, loại dành cho (gia đình / bạn bè) 7, 8 người ấy.
대형차이고, 가족 7, 8명 타려고 빌리고 싶어요.

❸   Chị muốn thuê trong (mấy ngày / ngày mấy)?
며칠 동안 빌리실 건가요?

3 제시된 한국어를 참고하여 주어진 단어를 어순에 맞게 배열하세요.

❶   không   quốc tế   có   bằng lái xe   chị

_____

국제면허증이 있으세요?

❷   1 ngày   riêng   tiền thuê xe   là   2 triệu

_____

자동차 렌트비는 하루 2백만 동이에요.

❸   cho   luôn   xe ô tô   thuê   tôi

_____

자동차도 렌트해 주세요.

① 학습 목표

❶ 원하는 주유량을 말할 수 있다.

❷ 원하는 기름 종류를 말할 수 있다.

② 단어 알아보기

🎧 Track 05-01

단어	뜻	단어	뜻
đổ	채우다	hay	아니면 (선택의문사)
đầy	가득찬, 충분한	xong	마치다, 끝나다
bình	통, 병	của	~의 (것)
lên trước	앞쪽으로 향하다	hết	모두, 전부
một chút	조금	lẻ	잔돈
xăng	기름	gửi	전하다, 보내다

🎧 Track 05-02

Anh ơi, ❶ _____ đầy bình cho tôi ạ.

Chị lái ❷ _____ một chút ạ.

Được chưa anh?

Được rồi chị. Chị muốn đổ đầy bình ạ?
Chị ❸ _____ 92 hay 95 ạ?

❹ _____ xăng 95 nhé.

Xong rồi ạ. ❺ _____ hết 85 nghìn.
Chị có 5 nghìn lẻ không chị?

Đây, tôi ❻ _____ nhé.

듣기 대본 134쪽

내용 확인 하기   앞에 제시된 내용을 잘 생각하며 다음 문제를 풀어보세요.

1   보기의 단어 중 빈칸에 알맞은 단어를 넣어 문장을 완성하세요.

보기	gửi	xăng	đổ

❶ _____ đầy bình cho tôi ạ.
(기름통) 가득 채워주세요.

❷ Chị đổ _____ 92 hay 95 ạ?
A92 휘발유로 넣을까요, 아니면 A95 휘발유로 넣을까요?

❸ Đây, tôi _____ anh nhé.
여기요.

2   내용이 맞으면 O, 틀리면 X를 표시하세요.

❶ Chị ấy muốn đổ đầy bình.   (   )

❷ Chị ấy muốn đổ xăng 95.   (   )

❸ Chị ấy sẽ nhận tiền thừa.   (   )

3   다음 질문에 알맞은 대답을 베트남어로 써 보세요.

❶ 여자는 기름을 어떻게 넣어 달라고 말했나요?

_____

❷ 남자는 여자에게 어떤 요청을 했나요?

_____

❸ 여자가 지불해야 하는 비용은 총 얼마인가요?

_____

1

Chị đổ xăng 92 hay 95 ạ?
A92 휘발유로 넣을까요, 아니면 A95 휘발유로 넣을까요?

📖 'hay'는 선택 의문사로 'A hay B?'의 형태로 쓰며, 'A야, 아니면 B야?'라는 의미입니다.

Bạn muốn đổ xăng ở đây hay ở nơi khác?	당신은 여기에서 주유하고 싶어요, 아니면 다른 곳에서 주유하고 싶어요?
Bạn đi siêu thị hay đi chợ?	당신은 슈퍼마켓에 가요, 아니면 시장에 가요?

2

Cho tôi xăng 95 nhé.
95로 넣어주세요.

📖 'cho + 대상 + 명사'의 형태로 쓰며, '대상에게 명사를 주다'라는 의미입니다.

Cho tôi 70.000 đồng.	나에게 7만동을 주세요.
Cho tôi tiền thừa.	거스름돈을 주세요.

3

Của chị hết 85 nghìn.
총 85,000동이에요.

📖 'của + 명사'는 '~의 것'이라는 의미로, 이때 'của' 자체가 대명사의 역할을 합니다.

Cái này là của tôi.	이것은 나의 것입니다.
Của bạn đây.	당신의 것은 여기 있어요.

단어   **nơi** 장소 | **khác** 다른 | **siêu thị** 슈퍼마켓 | **tiền thừa** 거스름돈

① 원하는 주유량 말하기

Anh ơi, _____ cho tôi ạ.

저기요, 가득 채워주세요.

Chị _____ lên trước _____ ạ.

앞으로 조금만 가주세요.

_____ anh?

됐나요?

_____ chị.

네, 됐어요.

② 원하는 기름 종류 말하기

_____ xăng 95 nhé.

95로 넣어주세요.

Xong rồi ạ. Của chị _____ 85 nghìn.

Chị có 5 nghìn _____ không chị?

다 됐어요. 총 85,000동이에요. 오천 동짜리 있으세요?

Đây, _____ anh nhé.

여기요.

다음 제시된 문제를 풀어보며 실력을 다지세요.

🎧 Track 05-03

1 녹음을 들으며 빈칸을 채워 보세요.

❶ Anh ơi, đổ _____ cho tôi ạ.

❷ Chị _____ đổ đầy bình ạ?

❸ Chị có 5 nghìn _____ không chị?

2 다음 문장에 알맞은 단어를 고르세요.

❶ Chị lái (lên trước / xuống sau) một chút.
앞으로 조금만 가 주세요.

❷ Chị đổ xăng 92 (hoặc / hay) 95 ạ?
A92 휘발유로 넣을까요, 아니면 A95 휘발유로 넣을까요?

❸ (của chị / chị của) hết 85 nghìn.
총 85,000동이에요.

3 제시된 한국어를 참고하여 주어진 단어를 어순에 맞게 배열하세요.

❶ tôi   bình   cho   đầy   đổ

_____

가득 채워주세요.

❷ hay   chị   92   95   đổ   xăng

_____

A92 휘발유로 넣을까요, 아니면 A95 휘발유로 넣을까요?

❸ gửi   tôi   nhé   anh

_____

여기요.

① 학습 목표

❶ 오토바이의 문제점을 설명할 수 있다.

❷ 수리 기간을 물어볼 수 있다.

② 단어 알아보기

단어	뜻	단어	뜻
sửa	수리하다	nên	그래서
bị	당하다 (부정적인 수동태를 나타내는 말)	chết	죽다
gì	무슨	lỗ	구멍
tự dưng	예기치 않은, 갑자기	chắc	확실한
nổ	폭발하다	do ~ nên	~때문에 그래서 ~하다
máy	기계, 시동	mưa	비오다
với lại ~ nữa	게다가	ngập	침수된
hình như	~인 것 같다	về	귀가하다
lốp	바퀴	chiều	오후
thủng	뚫린, 구멍난	khoảng	대략
chờ	기다리다	lấy	갖다, 얻다
xem	보다	vá	때우다, 수선하다
동사 + thử	~해보다	thay	교체하다
ngâm	물에 잠기다	명사 + mới	새로운

Track 06-02

Ở đây có ❶ _____ không ạ?

Có chị. Xe chị ❷ _____ hả?

Vâng. Xe tôi đang đi thì tự dưng không ❸ _____ được.
Với lại, hình như lốp sau còn _____ nữa.

Chị chờ chút để em ❹ _____ nhé.

Thế nào rồi anh?

Hình như xe bị ngâm nước nên ❺ _____ rồi chị.
Lốp sau bị thủng hai lỗ.

Chắc do hôm qua mưa, đường ngập mà tôi lái xe về nên thế.
Sửa ❻ _____ không anh?

Bây giờ thì em chưa làm cho chị ngay được.
Chiều khoảng 3, 4 giờ ❼ _____ lấy chị nhé.
Em vá lại lốp hay thay lốp mới cho chị đây ạ?

Anh ❽ _____ lốp _____ cho tôi luôn đi.
Hết bao nhiêu tiền đó anh?

Tiền sửa xe thì phải sửa xong, em mới nói cho chị biết được ạ.

듣기 대본 135쪽

1 보기의 단어 중 빈칸에 알맞은 단어를 넣어 문장을 완성하세요.

보기	sửa	vá	bị

❶ Ở đây có _____ xe máy không ạ?
여기 오토바이 수리하나요?

❷ Xe chị _____ gì hả?
오토바이에 문제 있나요?

❸ Em _____ lại lốp hay thay lốp mới cho chị đây ạ?
타이어는 때워드릴까요? 아니면 새것으로 바꿔드릴까요?

2 내용이 맞으면 O, 틀리면 X를 표시하세요.

❶ Lốp xe chị ấy chưa bị thủng.   (   )

❷ Anh ấy nói có thể sửa ngay được.   (   )

❸ Chị ấy muốn thay lốp mới.   (   )

3 다음 질문에 알맞은 대답을 베트남어로 써 보세요.

❶ 여자는 언제 오토바이가 고장났다고 생각하나요?

_____

❷ 왜 여자의 오토바이가 고장이 났나요?

_____

❸ 언제 여자는 오토바이 수리 센터로 다시 와야하나요?

_____

1

Xe tôi đang đi thì tự dưng không nổ máy được.

가다가 갑자기 시동이 꺼졌어요.

📖 현재 진행 시제인 'đang'과 강조의 표현인 'thì'가 합쳐져 'đang + 동사 + thì ~'의 형태로 쓰며 진행 중인 시점을 더욱 강조하는 표현입니다.

Tôi đang đi thì người đó giật túi xách của tôi.	내가 가고 있는(중에)데 그 사람이 내 가방을 빼앗았어요.
Tôi đang ngủ thì nghe thấy tiếng chuông cửa.	나는 자고 있는(중에)데 초인종 소리를 들었어요.

2

Với lại, hình như lốp sau còn bị thủng nữa.

그리고 타이어가 펑크난 것 같아요.

📖 앞에 나온 내용에 이어 추가 내용을 말하는 표현인 'với lại, ~ còn ~ nữa'는 '그리고 ~(이)가 ~하기까지 하다'라는 의미입니다.

Anh ấy biết nói tiếng Việt. Với lại, anh ấy còn biết tiếng Pháp nữa.	그는 베트남어를 말할 줄 알아요. 그리고 그는 프랑스어까지 알고요.
Hôm nay tôi mệt. Với lại, tôi còn đau đầu nữa.	오늘 나는 피곤해요. 그리고 나는 머리가 아프기까지 하고요.

3

Bây giờ thì em chưa làm cho chị ngay được.

지금 바로 해드릴 수 없어요.

📖 '동사 + ngay'는 '바로 ~하다'라는 의미입니다. 'ngay'는 동사 바로 뒤, 또는 동사구의 뒤에 위치합니다.

Đến công ty, tôi sẽ nói ngay.	회사에 가면, 나는 바로 말할 거예요.
Khi gặp anh ấy, tôi biết nghề nghiệp của anh ấy ngay.	그를 만났을 때, 나는 그의 직업을 바로 알았어요.

단어　**giật** 빼앗다 | **túi xách** 가방 | **chuông cửa** 초인종

❶ 오토바이의 문제점 설명하기

_____ có _____ không ạ?

여기 오토바이 수리하나요?

Có chị._____ chị _____ hả?

네. 오토바이에 문제 있나요?

Xe tôi đang đi thì _____ không nổ máy được.

Với lại, hình như _____ còn bị thủng nữa.

가다가 갑자기 시동이 꺼졌어요. 그리고 뒤 타이어가 펑크난 것 같아요.

❷ 수리 기간 물어보기

_____ có _____

không anh?

수리하는데 오래 걸릴까요?

Bây giờ thì em chưa làm cho chị ngay được.

_____ chị đến lấy chị nhé. Em _____

lại lốp hay thay _____ cho chị đây ạ?

지금 바로 해드릴 수 없고, 오후 3, 4시쯤 오시면 돼요.
타이어는 때워드릴까요? 아니면 새 것으로 바꿔드릴까요?

Anh _____ lốp mới _____ luôn đi.

새 것으로 바꿔주세요.

🎧 Track 06-03

1 녹음을 들으며 빈칸을 채워 보세요.

① Đường _____ mà tôi lái xe về nên thế.

② Bây giờ thì em _____ làm cho chị ngay được.

③ Tiền sửa xe thì phải sửa _____.

2 다음 문장에 알맞은 단어를 고르세요.

① Xe chị (bị / được) gì hả?
오토바이에 문제 있나요?

② (tối / chiều) khoảng 3, 4 giờ chị đến lấy chị nhé.
오후 3, 4시쯤 오시면 돼요.

③ Anh thay (lốp mới / mới lốp) cho tôi luôn đi.
새것으로 바꿔주세요.

3 제시된 한국어를 참고하여 주어진 단어를 어순에 맞게 배열하세요.

① thủng   sau   lỗ   bị   hai   lốp

_____

뒤 타이어는 펑크가 두 개 났어요.

② hôm qua   do   mưa   chắc

_____

어제 비가 왔기 때문이에요.

③ mới   cho   chị   biết   được   nói   em

_____

끝나봐야 말씀드릴 수 있어요.

① 학습 목표

❶ 기차표에 대해 문의할 수 있다

❷ 원하는 자리에 대해 말할 수 있다.

② 단어 알아보기

🎧 Track 07-01

단어	뜻	단어	뜻
còn	남아있다	từ ~ đến	~부터 ~까지
vé	표, 티켓	lâu	오랜, 오랫동안
chỉ ~ thôi	단지 ~ 일 뿐이다	dưới	아래에
chuyến	편, 노선	trên	위에
khoang	(기차) 칸	một chiều	편도
ghế ngồi	좌석	khứ hồi	왕복
giường nằm	침대	toa	(기차) 객실

🎧 Track 07-02

👨 Chị ơi, ❶ _____ đi từ Sài Gòn đến Mũi Né trong ngày mai không chị?

👩 Còn anh. Nhưng giờ chỉ còn vé đi lúc 3 giờ chiều và 10 giờ đêm thôi ạ. Anh muốn đi ❷ _____?

👨 Chị đặt chuyến 3 giờ cho tôi nhé.

👩 Anh muốn khoang ❸ _____ hay khoang _____ anh?

👨 Từ Sài Gòn đến Mũi Né thì đi có ❹ _____ chị?

👩 Đi gần 4 tiếng đó anh.

👨 Thế cho tôi khoang giường nằm đi chị.

👩 Anh ❺ _____ 4 người hay 6 người?

👨 Cho tôi khoang 4 người. À, cho tôi ❻ _____ được không ạ?

👩 Được anh. Anh đặt mấy vé? Đi ❼ _____ hay _____ đây anh nhỉ?

👨 Tôi đặt vé đi một chiều.

👩 Rồi anh. ❽ _____ số 15, _____ số 4, ở toa 6 anh nhé. Hết 219 nghìn anh ạ.

👨 Vâng. Cảm ơn chị nhé.

듣기 대본 136쪽

1 보기의 단어 중 빈칸에 알맞은 단어를 넣어 문장을 완성하세요.

보기	giường	đặt	lâu

❶ Chị _____ chuyến 3 giờ cho tôi nhé.
3시 출발 표로 주세요.

❷ Anh muốn khoang ghế ngồi hay khoang _____ nằm anh?
좌석칸을 원하세요, 아니면 침대칸을 원하세요?

❸ Từ Sài Gòn đến Mũi Né thì đi có _____ không chị?
사이공에서 무이네까지 오래 걸리나요?

2 내용이 맞으면 O, 틀리면 X를 표시하세요.

❶ Anh ấy sẽ mua vé chuyến đêm.　　　　　　(　　　)

❷ Anh ấy muốn khoang giường nằm.　　　　　(　　　)

❸ Anh ấy đặt vé một chiều.　　　　　　　　(　　　)

3 다음 질문에 알맞은 대답을 베트남어로 써 보세요.

❶ 언제 남자는 무이네에 가나요?

_____

❷ 남자는 몇 인실을 원하나요?

_____

❸ 남자는 침대의 어느 칸을 원하나요?

_____

1

Chị ơi, còn vé đi từ Sài Gòn đến Mũi Né trong ngày mai không chị?

저기요, 내일 출발하는 사이공-무이네 표가 있나요?

📖 'còn'은 동사로 '남아 있다'라는 의미가 있습니다. 'còn'이 동사로 쓰일 경우에는 뒤에 명사가 위치합니다.

Ở đây còn chỗ trống.   여기에 빈 자리가 남아 있어요.

Còn vé một chiều thì tôi sẽ đặt.   편도표가 남아 있으면 예약할 거예요.

2

Nhưng giờ chỉ còn vé đi lúc 3 giờ chiều và 10 giờ đêm thôi ạ.

근데 오후 3시 출발 표와 밤 10시 출발 표만 있어요.

📖 'chỉ ~ thôi'는 '단지 ~일 뿐이다'라는 의미로, 'chỉ'의 위치는 강조하고 싶은 단어의 앞에, 'thôi'는 문장 맨 끝에 사용합니다. 둘 중 하나를 생략해도 그 의미는 같습니다.

Tôi chỉ muốn mua vé khứ hồi thôi.   나는 왕복표만 사고 싶을 뿐이에요.

Giờ bạn chỉ có thể lên tàu khoang ghế ngồi thôi.   지금 당신은 좌석칸 열차만 탈 수 있어요.

3

Đi gần 4 tiếng đó anh.

약 4시간쯤 걸려요.

📖 'gần' 뒤에 숫자나 시간이 오면 숫자 또는 시간의 '가까이'라는 뜻으로, '~쯤, 대략'의 의미로 사용할 수 있습니다.

Từ đây đến đó sẽ mất gần 1 tiếng.   여기에서부터 거기까지 대략 한 시간 걸릴 거예요.

Tôi không thể liên lạc với anh ấy gần 2 tuần rồi.   나는 그와 연락이 안된지 2주쯤 됐어요.

단어 **chỗ** 자리 | **trống** 비어있는 | **liên lạc với** ~(와)과 연락하다

6 보고 말하기 그림을 보고 주어진 대화를 완성해 보세요.

---

❶ 기차표 문의하기

🧑 Chị ơi, _____ đi từ Sài Gòn
đến Mũi Né trong ngày mai không chị?

저기요. 내일 출발하는 사이공-무이네 표가 있나요?

👩 Còn anh. Nhưng giờ chỉ còn vé đi lúc _____

và _____ thôi ạ.

있어요. 근데 오후 3시 출발 표와 밤 10시 출발 표만 있어요.

🧑 Chị _____ 3 giờ cho tôi nhé.

3시 출발 표로 주세요.

---

❷ 원하는 자리 말하기

👩 Anh chọn _____

4 _____ hay 6 người?

4인실, 아니면 6인실 어떤 걸로 하실 건가요?

🧑 Cho tôi khoang 4 người.

À, _____ giường bên dưới _____ ạ?

4인실로 주세요. 아, 아래 침대로 주실 수 있나요?

👩 _____ anh.

네 가능해요.

7 **실력 확인하기** 다음 제시된 문제를 풀어보며 실력을 다지세요.

🎧 Track 07-03

1 녹음을 들으며 빈칸을 채워 보세요.

❶ Thế _____ khoang _____ nằm đi chị.

❷ Anh đặt _____ vé?

❸ Hết _____ anh ạ.

2 다음 문장에 알맞은 단어를 고르세요.

❶ Cho tôi giường bên (trên / dưới) được không?
아래 침대로 주실 수 있나요?

❷ Anh đặt (mấy vé / vé mấy)?
몇 장 예매하세요?

❸ Tôi đặt vé đi (khứ hồi / một chiều).
편도표로 주세요.

3 제시된 한국어를 참고하여 주어진 단어를 어순에 맞게 배열하세요.

❶ đi anh chuyến nào muốn

_____

어떤 걸로 원하세요?

❷ tiếng anh đi 4 đó gần

_____

약 4시간 쯤 걸려요.

❸ cho khoang tôi người 4

_____

4인실로 주세요.

버스터미널

① 학습 목표

① 출발 전 불편 사항을 말하고 요청할 수 있다.

② 이동 시 불편 사항을 말하고 요청할 수 있다.

② 단어 알아보기

🎧 Track 08-01

단어	뜻	단어	뜻
có thể	가능하다	trạm nghỉ	휴게소
đổi	바꾸다	(một) lát	잠시, 조금
ghế	좌석, 의자	ghé	들리다
đầu	처음의	ăn uống	식사하다
say xe	차 멀미하다	nghỉ ngơi	쉬다
hàng đầu	맨 앞	xuất phát	출발하다
còn	남아있다	mọi	모든
sao	왜	nhớ	기억하다
vệ sinh	화장실	quay lại	돌아오다
dừng	멈추다, 서다	đúng giờ	정시, 정각

🎧 Track 08-02

👤 Anh ơi, tôi có thể đổi lên ❶ _____ được không?
Tôi bị say xe.

👤 Mấy ghế ở hàng đầu có người ❷ _____ chị.
Còn ghế phía trước chị thôi ạ, chị có đổi không?

👤 Được anh. Cảm ơn anh nhé.

👤 Anh ơi, còn ❸ _____ đến Huế ạ?

👤 2 tiếng nữa. ❹ _____ ?

👤 Tôi muốn ❺ _____ quá, mình có dừng ở
_____ không anh?

👤 Có chị, lát xe có ghé trạm nghỉ.

👤 Anh chị ơi, đến trạm nghỉ rồi. Mình ❻ _____ ăn uống,
nghỉ ngơi một lát.
_____ mình xuất phát, mọi người nhớ quay lại đúng
giờ nhé.

👤 Nhà vệ sinh ❼ _____ anh?

👤 ❽ _____ chị.

👤 Cảm ơn anh.

듣기 대본 137쪽

앞에 제시된 내용을 잘 생각하며 다음 문제를 풀어보세요.

1 보기의 단어 중 빈칸에 알맞은 단어를 넣어 문장을 완성하세요.

보기	đổi	nghỉ ngơi	đến

❶ Tôi có thể _____ lên ghế đầu được không?
혹시 맨 앞자리로 바꿔주실 수 있나요?

❷ Anh ơi, còn bao lâu nữa _____ Huế ạ?
저기요, 후에에 도착하는데 얼마나 걸리나요?

❸ Mình xuống xe ăn uống, _____ một lát.
차에서 내려서 식사하시고 조금 쉬세요.

2 내용이 맞으면 O, 틀리면 X를 표시하세요.

❶ Đến Huế, còn 2 tiếng. ( )

❷ Ở trạm nghỉ, xe xuất phát sau 20 phút. ( )

❸ Chị ấy đã biết nhà vệ sinh ở đâu. ( )

3 다음 질문에 알맞은 대답을 베트남어로 써 보세요.

❶ 왜 여자는 맨 앞자리로 바꾸고 싶어하나요?

_____

❷ 왜 맨 앞자리로 바꾸지 못했나요?

_____

❸ 왜 여자는 휴게소에 들르길 원하나요?

_____

1

> ### Tôi bị say xe.
> 멀미날 것 같아서요.

📖 'bị'가 서술어 앞에서 수동태로 사용될 경우, 어떤 좋지 않은 일을 당하는 경우 같은 부정적인 늬앙스를 나타냅니다.

Tôi đã bị mắng.   나는 꾸짖음을 당했어요.

Tôi đã bị phạt tiền.   나는 벌금을 냈어요.

2

> ### Tôi muốn đi vệ sinh quá.
> 저 화장실이 가고 싶어요.

📖 'muốn(원하다, ~하고 싶다)'과 정도 부사 'quá(너무)'가 합쳐져 '~(을)를 너무 원해요, ~하는 것을 너무 원해요'라는 표현으로 사용할 수 있습니다.

Tôi muốn đi du lịch quá.   나는 여행을 너무 가고 싶어요.

Tôi muốn ăn món Việt Nam quá.   나는 베트남 음식이 너무 먹고 싶어요.

3

> ### 20 phút sau mình xuất phát, mọi người nhớ quay lại đúng giờ nhé.
> 20분 뒤에 출발할테니 시간 맞춰서 차로 돌아오세요.

📖 '기억하다'를 뜻하는 'nhớ'와 '~하세요'인 'nhé'가 합쳐진 표현으로, 상대방에게 어떤 것을 당부할 때 사용할 수 있습니다.

Bạn nhớ giữ gìn sức khỏe nhé.   건강 유의하세요.

Các bạn nhớ làm bài tập nhé.   여러분, 숙제하세요.

> **단어**   **mắng** 꾸짖다 | **phạt tiền** 벌금을 부과하다 | **giữ gìn** 지키다, 유지하다 | **sức khỏe** 건강

① 출발 전 불편 사항 요청하기

Anh ơi, tôi có thể đổi lên ghế đầu được không?
Tôi _____.

저기요, 혹시 맨 앞자리로 바꿔주실 수 있나요?
멀미날 것 같아서요.

Mấy ghế ở _____ có người đặt rồi chị.

Còn ghế _____ chị thôi ạ, chị có đổi không?

앞자리는 이미 예약되어 있어요. 손님 앞자리만 남아 있는데 바꾸시겠어요?

_____ anh. Cảm ơn anh nhé.

네. 감사합니다.

② 이동 시 불편 사항 요청하기

Anh ơi, còn _____ đến Huế ạ?

저기요, 후에에 도착하는데 얼마나 걸리나요?

_____ nữa. Sao chị?

두 시간이요. 왜 그러세요?

Tôi muốn đi vệ sinh quá, mình có _____ trạm nghỉ

không anh?

저 화장실이 가고 싶은데, 휴게소에 들리나요?

Có chị, _____ xe có _____ trạm nghỉ.

네, 이따가 휴게소에 들를 거예요.

🎧 Track 08-03

1 녹음을 들으며 빈칸을 채워 보세요.

❶ Tôi _____ lên ghế đầu được không?

❷ Mình xuống xe _____, nghỉ ngơi _____.

❸ _____ ở đâu anh?

2 다음 문장에 알맞은 단어를 고르세요.

❶ Mấy ghế ở hàng (giữa / đầu) có người đặt rồi chị.
앞자리는 이미 예약되어 있어요.

❷ Anh chị ơi, (đến / về) trạm nghỉ rồi.
여러분 휴게소에 도착했습니다.

❸ Mọi người nhớ quay lại (đứng / đúng) giờ nhé.
시간 맞춰서 차로 돌아오세요.

3 제시된 한국어를 참고하여 주어진 단어를 어순에 맞게 배열하세요.

❶ nữa   còn   Huế   bao lâu   đến

_____

후에에 도착하는데 얼마나 걸리나요?

❷ trạm nghỉ   mình   có   không   dừng   ở

_____

휴게소에 들리나요?

❸ ở   chị   kia   đằng

_____

저쪽에 있어요.

1 학습 목표

❶ 전화로 호텔 예약을 할 수 있다.

❷ 예약에 필요한 정보를 전달할 수 있다.

2 단어 알아보기

Track 09-01

단어	뜻	단어	뜻
xin nghe	~입니다 (전화 표현)	họ tên	성명
phòng	방	số điện thoại	전화번호
trống	비어있는	thời gian	시간
ở	머무르다	trưa	정오, 점심
phòng đơn	싱글룸	hỗ trợ	지원하다
kiểm tra	확인하다	giữ	보관하다
ngày hôm đó	그날	hành lý	짐
phòng đôi	더블룸	ăn sáng	아침식사
đêm	밤	sẽ	~할 것이다
giúp	돕다	thanh toán	결제하다, 계산하다

🎧 Track 09-02

A lô. Khách sạn ABC ❶ _____.

Chào chị. Tôi muốn ❷ _____ vào thứ 2 tuần sau.
Bên mình còn _____ không ạ?

Anh muốn đặt ❸ _____ ạ?
Mình có bao nhiêu người anh nhỉ?

Tôi định đặt từ thứ 2 đến thứ 5. Mình tôi ở thôi nên còn
❹ _____ không ạ?

Vâng, anh chờ một chút để em kiểm tra xem nhé.
Anh ơi, ngày hôm đó thì bên em chỉ còn phòng đôi thôi ạ.

Thế à? Thế phòng đôi ❺ _____ 1 đêm chị?

800.000 một đêm anh ạ.

Cũng được, chị đặt 1 phòng đôi ❻ _____ nhé.

Vâng. Anh cho em xin ❼ _____ và _____
để đặt phòng anh nhé.

Dạ, Nguyễn Văn Trí, 0905 123 456.

Vâng, phòng đã được đặt rồi anh ạ. Thời gian check-in bên em là
từ 2 giờ chiều và check-out lúc 12 giờ trưa. Nếu anh đến trước
2 giờ thì bên em có hỗ trợ ❽ _____ cho mình đấy ạ.
Và tiền phòng 3 đêm là 2.400.000 đã _____ ăn sáng,
sẽ thanh toán khi check out anh nhé.

Ok, cảm ơn chị.

듣기 대본 138쪽

앞에 제시된 내용을 잘 생각하며 다음 문제를 풀어보세요.

1 보기의 단어 중 빈칸에 알맞은 단어를 넣어 문장을 완성하세요.

보기	nghe	trống	đặt

❶ A lô. Khách sạn ABC xin _____.
여보세요, ABC 호텔입니다.

❷ Bên mình còn phòng _____ không ạ?
빈 방이 있나요?

❸ Anh muốn _____ mấy ngày ạ?
며칠 예약하실 건가요?

2 내용이 맞으면 O, 틀리면 X를 표시하세요.

❶ Anh ấy muốn đặt phòng vào thứ 2 tuần sau.　(　)

❷ Anh ấy đã đặt phòng đơn.　(　)

❸ Thời gian check-in là từ 2 giờ.　(　)

3 다음 질문에 알맞은 대답을 베트남어로 써 보세요.

❶ 남자가 호텔 방을 예약하는 인원은 몇 명인가요?

_____

❷ 더블룸은 1박에 얼마인가요?

_____

❸ 왜 남자는 더블룸에 묵어야 하나요?

_____

1

> ## Tôi định đặt từ thứ 2 đến thứ 5.
> 월요일부터 목요일까지요.

📖 '~부터 ~까지'라는 표현으로, 시간뿐만 아니라 범위, 장소의 표현도 할 수 있습니다.

Bạn có thể ăn sáng từ 8 giờ đến 10 giờ.	당신은 8시부터 10시까지 아침을 먹을 수 있어요.
Bạn có thể ở lại từ tuần này đến tuần sau.	당신은 이번주부터 다음주까지 머무를 수 있어요.

2

> ## Chị đặt 1 phòng đôi giúp tôi nhé.
> 더블룸 하나 예약해 주세요.

📖 'giúp + 대상 + nhé'는 문장 끝에 사용하여 '대상에게 ~해 주세요'라는 의미로 부탁, 요청을 하는 표현입니다.

Bạn giữ hành lý của tôi giúp tôi nhé.	내 짐을 맡아 주세요.
Bạn kiểm tra thông tin giúp tôi nhé.	정보를 확인해 주세요.

3

> ## Nếu anh đến trước 2 giờ thì bên em có hỗ trợ giữ hành lý cho mình đấy.
> 오후 2시 전에 도착하시면 짐을 보관해드릴 수 있습니다.

📖 'nếu A thì B'는 '만약 ~하면 ~하다'라는 의미로, 어떤 내용을 가정할 때 사용합니다. 만약, nếu 절의 주어와 thì 절의 주어가 같으면 앞에 나온 주어를 생략할 수 있습니다.

Nếu bạn đặt bây giờ thì tôi sẽ giảm giá cho.	만약 지금 예약하면 할인해 드릴게요.
Nếu tôi không biết số điện thoại thì phải hỏi ai?	만약 전화번호를 모르면 누구에게 물어봐야 하나요?

> **단어** **ở lại** 머물다 | **thông tin** 정보 | **giảm giá** 가격을 깎다 | **hỏi** 묻다

1 전화로 호텔 예약하기

Chào chị.
Tôi muốn đặt phòng _____ tuần sau.

안녕하세요.
다음주 월요일에 방을 예약하려고 해요.

Anh _____ mấy ngày ạ?

며칠 예약하실 건가요?

Tôi định đặt từ _____ đến _____.

월요일부터 목요일까지요.

Anh ơi, _____ thì bên em chỉ còn phòng đôi thôi ạ.

손님, 그 기간에는 더블룸만 남아 있어요.

2 예약에 필요한 정보 전달하기

Thế _____ bao nhiêu tiền

1 đêm chị?

그럼 더블룸은 1박에 얼마예요?

800.000 _____ anh ạ. Anh cho em xin họ tên và

số điện thoại _____ anh nhé.

1박에 80만 동입니다. 예약을 위해서 성함과 전화번호를 알려주세요.

Dạ, Nguyễn Văn Trí, 0905 123 456.

네, 응우이엔 반 찌, 0905 123 456이에요.

🎧 Track 09-03

1 녹음을 들으며 빈칸을 채워 보세요.

❶   Mình có _____ người anh nhỉ?

❷   Anh chờ một chút để em _____ xem nhé.

❸   Tiền phòng _____ là 2.400.000 đã bao gồm _____.

2 다음 문장에 알맞은 단어를 고르세요.

❶   Bên mình còn phòng (trong / trống) không ạ?
      빈 방이 있나요?

❷   Tôi (định / đã) đặt từ thứ 2 đến thứ 5.
      월요일부터 목요일까지 예약할게요.

❸   Chị đặt 1 phòng (đôi / đơn) giúp tôi nhé.
      더블룸 하나 예약해주세요.

3 제시된 한국어를 참고하여 주어진 단어를 어순에 맞게 배열하세요.

❶   mình   tôi   còn   ở   thôi   không   nên   phòng đơn

     _____

     혼자라서 싱글룸 있나요?

❷   ngày hôm đó   em   còn   bên   chỉ   phòng đôi   thôi   thì

     _____

     그 기간에는 더블룸만 남아 있어요.

❸   rồi   được   phòng   đặt   đã

     _____

     예약되었습니다.

① **학습 목표**

❶ 리셉션에 필요한 것을 요청할 수 있다.

❷ 숙박 이용에 궁금한 사항을 문의할 수 있다.

② **단어 알아보기**

🎧 Track 10-01

단어	뜻	단어	뜻
tiếp tân	리셉션	nhân viên	직원
quý	공경하다, 존중하다	số	숫자
khách	손님	mà	그런데
cần	필요하다	tại	~에서
đủ	충분하다	tầng	층
khăn	수건	tham quan	관광하다
và	그리고	xung quanh	주변, 주위
giấy vệ sinh	휴지	như	~처럼
mang	가져오다, 가져가다	gần	가까이
thêm	추가하다, 더하다	gần đây	근처에
cái	개, 것		

🎧 Track 10-02

👩 A lô, tiếp tân xin nghe. Quý khách ❶ [_____] ạ?

👨 Chị ơi, phòng tôi ❷ [_____] khăn và giấy vệ sinh.

Chị [_____] thêm 2 cái khăn nữa nhé.

👩 Xin lỗi anh. Em sẽ nói nhân viên mang ❸ [_____] cho anh

ngay. Phòng anh là số mấy ạ?

👨 405 đấy chị. Mà bên mình ăn sáng từ ❹ [_____] chị nhỉ?

👩 Dạ, anh có thể dùng bữa sáng từ 7 giờ đến 9 giờ tại nhà hàng

❺ [_____] anh nhé.

👨 Vâng. À, đúng rồi!

Tôi muốn ❻ [_____] xung quanh đây xem như thế nào.

Có chỗ nào gần gần đây không chị?

👩 Gần đây thì anh có thể đến hồ Hoàn Kiếm.

❼ [_____] thì mất 15 phút còn đi tắc xi thì mất 5 phút

thôi ạ. Em [_____] cho anh nhé?

👨 Vâng, chị gọi giúp tôi ❽ [_____] tắc xi đi.

Bây giờ tôi xuống luôn ạ. Cảm ơn chị nhé.

듣기 대본 139쪽

1 보기의 단어 중 빈칸에 알맞은 단어를 넣어 문장을 완성하세요.

보기	ăn sáng	cần	tiếp tân

❶ A lô, _____ xin nghe.
여보세요. 리셉션입니다.

❷ Quý khách _____ gì ạ?
무엇을 도와드릴까요?

❸ Mà bên mình _____ từ lúc mấy giờ chị nhỉ?
그런데 조식은 몇 시부터 가능하나요?

2 내용이 맞으면 O, 틀리면 X를 표시하세요.

❶ Nhân viên tiếp tân sẽ lên phòng khách hàng. 　　(　　)

❷ Anh ấy có thể ăn sáng ở tầng 1. 　　(　　)

❸ Anh ấy sẽ đi bộ đến hồ Hoàn Kiếm đi bộ. 　　(　　)

3 다음 질문에 알맞은 대답을 베트남어로 써 보세요.

❶ 남자가 부족하여 필요하다고 한 것은 무엇인가요?

_____

❷ 호텔 조식 시간은 몇 시부터 몇 시까지 인가요?

_____

❸ 마지막으로 남자가 리셉션 직원에게 물어본 것은 무엇인가요?

_____

1

Chị mang cho tôi thêm 2 cái khăn nữa nhé.

수건 두 개 더 가져다 주세요.

📖 'mang cho + 대상 + nhé' 구문은 '대상에게 ~(을)를 가져다 주세요'의 의미로 상대방에게 친근하게 요청할 때 사용할 수 있는 표현입니다.

Bạn mang cho tôi kem đánh răng nhé.   치약을 가져다 주세요.

Bạn mang cho tôi chăn dày nhé.   두꺼운 이불을 가져다 주세요.

2

Anh có thể dùng bữa sáng từ 7 giờ đến 9 giờ tại nhà hàng ở tầng 2 anh nhé.

오전 7시부터 9시까지 2층에 있는 식당에서 식사 가능합니다.

📖 'tại + 장소'는 '~에서'의 의미로 'ở(~에서)'보다 조금 더 확실한 장소를 나타낼 때 사용합니다.

Tôi sinh ra tại Hà Nội.   나는 하노이에서 태어났어요.

Bạn có thể gặp anh ấy tại tầng ngầm.   당신은 그를 지하에서 만날 수 있어요.

3

Chị gọi giúp tôi một chiếc tắc xi đi.

택시 한 대 불러 주세요.

📖 동사 뒤에 'giúp + 대상'을 써서 '대상에게 ~해 주세요'라는 의미를 나타냅니다. 이때, 문장 끝에 가벼운 명령의 표현인 'đi'를 함께 사용하여 표현할 수 있습니다.

Bạn làm giúp tôi việc này đi.   이 일하는 것 좀 도와주세요.

Bạn kiểm tra giúp tôi phần này đi.   이 부분 좀 확인해 주세요.

단어 **kem đánh răng** 치약 | **chăn** 이불 | **dày** 두꺼운 | **sinh ra** 태어나다 |
tầng ngầm 지하 | **phần** 부분

6 보고 말하기　　그림을 보고 주어진 대화를 완성해 보세요.

---

1 리셉션에 필요한 것 요청하기

👩 A lô, tiếp tân _____.

Quý khách cần gì ạ?

여보세요. 리셉션입니다.
무엇을 도와드릴까요?

🧑 Chị ơi, phòng tôi không có đủ _____ và

_____.

Chị mang cho tôi _____ khăn nữa nhé.

방에 수건과 휴지가 없어요.
수건 두 개 더 가져다 주세요.

---

2 숙박 이용에 궁금한 사항 문의하기

🧑 À, đúng rồi! Tôi muốn đi tham quan

_____ đây xem như thế nào.

Có chỗ nào gần gần đây không chị?

네. 아, 맞다!

주변을 좀 다녀보고 싶어요. 근처에 갈만한 데가 있나요?

👩 Gần đây thì anh có thể đến _____ Hoàn Kiếm.

근처라면 호안끼엠 호수에 가보실 수 있어요.

🎧 Track 10-03

1 녹음을 들으며 빈칸을 채워 보세요.

❶ _____ cần gì ạ?

❷ Em _____ nhân viên mang lên phòng _____ anh _____.

❸ Có chỗ _____ gần _____ không chị?

2 다음 문장에 알맞은 단어를 고르세요.

❶ Bên mình ăn (sáng / trưa) từ lúc mấy giờ chị nhỉ?
조식은 몇 시부터 가능하나요?

❷ Anh có thể dùng bữa sáng từ 7 giờ đến 9 giờ tại nhà hàng
ở (2 tầng / tầng 2) anh.
오전 7시부터 9시까지 2층에 있는 식당에서 식사 가능합니다.

❸ Em (ghé / gọi) tắc xi cho anh nhé?
택시 불러 드릴까요?

3 제시된 한국어를 참고하여 주어진 단어를 어순에 맞게 배열하세요.

❶ chị   khăn   cho   nữa   tôi   2 cái   nhé   thêm   mang

_____

수건 두 개 더 가져다 주세요.

❷ có thể   đến   thì   gần đây   anh   hồ Hoàn Kiếm

_____

근처라면 호안끼엠 호수에 가보실 수 있어요.

❸ xuống   tôi   bây giờ   luôn

_____

지금 바로 내려갈게요.

1 학습 목표

❶ 여행 상품 추천을 받을 수 있다.

❷ 상품 상세 내용을 문의할 수 있다.

2 단어 알아보기

🎧 Track 11-01

단어	뜻	단어	뜻
ngày lễ	공휴일	tắm bùn	머드 목욕
sắp tới	다가오는	Viện hải dương học	해양학 연구소
ở lại	머무르다	trọn gói	패키지 투어
ngắm (cảnh)	감상하다	đưa đón	픽업하다
biển	바다	vé vào cửa	입장권
nghĩ	생각하다	điểm du lịch	여행지
hoặc	혹은, 또는	bảo hiểm	보험
leo núi	등산하다	máy bay	비행기
rừng	숲, 산림	cáp treo	케이블카
những	~들 (복수를 나타내는 말)	cá nhân	개인
phù hợp	어울리다, 적합하다	phát sinh	발생하다
với	~(와)과 함께	đồ lặn	잠수 장비
sân bay	공항	hướng dẫn viên	가이드
đảo	섬	đi theo	동행하다
sau đó	다음에	suốt	내내, 처음부터 끝까지
xung quanh thành phố	시내	hành trình	여정, 코스

🎧 Track 11-02

Chào anh! Anh cần gì ạ?

Tôi định ❶ _____ vào ngày lễ 30/4 sắp tới nhưng chưa biết là nên đi đâu. Chị có tour nào ok không?

Vâng, anh định đi từ ngày mấy và ở lại đó bao lâu?

Tôi định đi 5 ngày, từ ngày 28/4 đến ngày 2/5.

Nếu anh muốn ❷ _____ thì em nghĩ anh nên đến Nha Trang hoặc Phú Quốc.
Còn anh muốn leo núi hoặc ngắm cảnh rừng thì nên đến Sapa hoặc Đà Lạt anh nhé.

Ừm... Ở Nha Trang thì tôi có thể đi những đâu?

Nếu anh đi 5 ngày thì có tour 5 ngày 4 đêm sẽ phù hợp với mình đấy anh. Ngày đầu, bên em sẽ đón anh từ sân bay về khách sạn, sau đó sẽ đi tham quan Vinpearl Land. Ngày 2 sẽ đi tham quan 4 đảo, các ngày sau đó sẽ tham quan xung quanh thành phố, tắm bùn và Viện hải dương học.

Đó là tour ❸ _____ phải không chị?

Đúng rồi anh. Trong tour trọn gói đã bao gồm chi phí khách sạn 4 sao, ăn uống, xe đưa đón, vé vào cửa các điểm du lịch và bảo hiểm du lịch. Còn vé máy bay đến Nha Trang, vé cáp treo và các chi phí cá nhân phát sinh như thuê đồ lặn thì anh phải trả riêng ạ.

Có hướng dẫn viên chứ ạ?

Có ạ. Hướng dẫn viên sẽ đi theo trong suốt hành trình tour đó anh. Bên em có hỗ trợ tour có hướng dẫn viên tiếng Hàn, anh có muốn đặt không ạ? Chi phí sẽ đắt hơn tour bình thường một chút.

Ok chị. Thế chị đặt cho tôi tour có hướng dẫn viên ❹ _____ nhé.

듣기 대본 140쪽

④ 내용 확인 하기　앞에 제시된 내용을 잘 생각하며 다음 문제를 풀어보세요.

1 보기의 단어 중 빈칸에 알맞은 단어를 넣어 문장을 완성하세요.

보기	**phù hợp**	**bình thường**	**trọn gói**

❶ Nếu anh đi 5 ngày thì có tour 5 ngày 4 đêm sẽ _____ với mình đấy anh.

5일이면 4박 5일 투어가 적합해요.

❷ Đó là tour _____ phải không chị?

이거 패키지 투어인거죠?

❸ Chi phí sẽ đắt hơn tour _____ một chút.

비용은 일반 투어보다 조금 비싸요.

2 내용이 맞으면 O, 틀리면 X를 표시하세요.

❶ Anh ấy định đi du lịch trong 5 ngày.　　　　　(　　)

❷ Nếu muốn leo núi thì anh ấy có thể đi Sapa hoặc Đà Lạt.　(　　)

❸ Tour đi Nha Trang bao gồm chi phí ăn uống và thuê đồ lặn.(　　)

3 다음 질문에 알맞은 대답을 베트남어로 써 보세요.

❶ 여행사 직원은 바다 구경 여행지로 어디를 추천했나요?

_____

❷ 냐짱에서는 어떤 것들을 할 수 있나요?

_____

❸ 여행사는 한국 관광객들에게 어떤 투어를 제공하고 있나요?

_____

1

Tôi định đi du lịch vào ngày lễ 30/4 sắp tới nhưng chưa biết là nên đi đâu.

4월 30일에 여행가려고 하는데 어디 가야할지 잘 모르겠어요.

📖 'chưa biết là~' 구문은 'chưa(아직 ~하지 않다), biết(알다), là(~라고)'가 합쳐진 표현으로, '아직 ~할지 모르겠다' 라는 의미입니다. 이때, 'là'는 '~이다'의 동사의 의미가 아닌 '~라고'의 의미를 나타냅니다.

Tôi chưa biết là tôi phải làm gì.

나는 아직 내가 뭘 해야만 하는지 모르겠어요.

Chúng ta chưa biết là đã xảy ra chuyện gì.

우리는 아직 무슨 일이 일어났는지 모르겠어요.

2

Chị có tour nào ok không?

괜찮은 투어가 있나요?

📖 'có + nào + ok + không?' 구문은 '어느 괜찮은 ~(이)가 있어요?'라는 의미로, nào의 앞에는 명사가 옵니다.

Có cái nào ok không?

괜찮은 것이 있어요?

Có xe nào ok không?

괜찮은 자동차가 있어요?

3

Nha Trang thì tôi có thể đi những đâu?

냐짱에서는 어느 장소를 갈 수 있나요?

📖 'những'은 복수를 나타내는 '~들'이라는 의미로 명사 뿐만 아니라 의문사 앞에 붙여 사용할 수 있습니다. 의문사와 결합하여 사용할 수 없는 'các'과는 차이가 있습니다.

Nếu đi Việt Nam thì bạn muốn đi những đâu?

만약 베트남에 가면 어디 어디를 가고 싶어요?

Cuộc họp hôm nay những ai sẽ tham dự?

오늘 회의는 누구 누구 참석할 건가요?

단어 **xảy ra** 일어나다 | **chuyện** 일 | **cuộc họp** 회의 | **tham dự** 참여하다, 참가하다

　　그림을 보고 주어진 대화를 완성해 보세요.

---

1 여행 상품 추천받기

👤 Tôi định đi du lịch _____ 30/4
sắp tới nhưng _____ nên đi đâu.
Chị có tour nào ok không?

4월 30일에 여행가려고 하는데 어디 가야할지 잘 모르겠어요. 괜찮은 투어가 있나요?

👩 Nếu anh muốn ngắm biển thì em nghĩ anh nên
_____ Nha Trang hoặc Phú Quốc.
_____ anh muốn leo núi hoặc ngắm cảnh rừng thì
nên đến Sapa _____ Đà Lạt anh nhé.

바다를 구경하고 싶으면 냐짱이나 푸꾸옥 가시는 게 좋고요. 그리고 등산하거나 숲을 보고 싶으면
사파나 달랏이 좋아요.

---

2 상품 상세 내용 문의하기

👤 Ở Nha Trang thì tôi có thể đi những đâu?

냐짱에서는 어느 장소를 갈 수 있나요?

👩 Ngày đầu, bên em sẽ đón anh từ sân bay _____,
sau đó sẽ _____ Vinpearl Land. Ngày 2 sẽ đi
tham quan _____, các ngày sau đó sẽ tham quan
xung quanh thành phố, _____ và Viện hải dương
học. Hướng dẫn viên sẽ _____ trong suốt hành
trình tour đó anh.

첫 날은 공항에서 픽업하고 호텔 도착 후에 빈펄랜드에 가는 일정이고요. 둘째 날은 네 개의 섬을 구
경하고, 그 다음 날은 시내 관광, 머드 온천 체험과 해양학연구소 관람 프로그램이 있어요.
투어 일정 내내 가이드가 같이 안내해 드릴 거예요.

🎧 Track 11-03

1 녹음을 들으며 빈칸을 채워 보세요.

❶ Tôi _____ 5 ngày, từ ngày _____ đến ngày _____.

❷ Trong tour trọn gói đã _____ chi phí khách sạn 4 sao.

❸ Còn _____ đến Nha Trang, _____ và các chi phí cá nhân phát sinh.

2 다음 문장에 알맞은 단어를 고르세요.

❶ Nếu anh muốn (nhìn / ngắm) biển thì em nghĩ anh nên đến Nha Trang.
바다를 구경하고 싶으면 냐짱이 좋고요.

❷ Ở Nha Trang thì tôi có thể đi (các / những) đâu?
냐짱에서는 어느 장소를 갈 수 있나요?

❸ Các chi phí cá nhân phát sinh như thuê đồ lặn thì anh phải trả
(riêng / chung).
부가적인 발생 비용은 개인이 따로 지불하셔야 해요.

3 제시된 한국어를 참고하여 주어진 단어를 어순에 맞게 배열하세요.

❶ đi　　tham quan　　ngày 2　　4 đảo　　sẽ

_____

둘째 날은 네 개의 섬을 구경해요.

❷ sẽ　　suốt　　trong　　đi theo　　hành trình　　tour　　hướng dẫn viên

_____

투어 일정 내내 가이드가 같이 안내해 드릴 거예요.

❸ một chút　　chi phí　　bình thường　　sẽ　　hơn　　tour　　đắt

_____

비용은 일반 투어보다 조금 비싸요.

여행사 2

① 학습 목표

❶ 예약한 일정을 변경할 수 있다.

❷ 예약 시 원하는 사항을 상세하게 말할 수 있다.

② 단어 알아보기

🎧 Track 12-01

단어	뜻	단어	뜻
đổi	바꾸다	đổi sang	~(으)로 바꾸다
lịch	일정	này	이 (지시대명사)
hôm qua	어제	thêm	추가하다
đổi ~ thành	~(으)로 바꾸다	thông cảm	양해하다, 이해하다
trúng	겹치다	do	~때문에
dịp lễ	휴일, 명절	giá cả	가격
đông	붐비는	cao	높은
thành ra	그래서	tốt	좋은
sao	별	nâng hạng	업그레이드
đều	모두	rưỡi	앞 단위의 절반

🎧 Track 12-02

Chào anh. Em có thể ❶ _____ cho anh ạ?

Tôi muốn ❷ _____ đã đặt hôm qua.

Anh đặt tour đi Nha Trang 5 ngày 4 đêm phải không ạ?
Bây giờ anh muốn đổi ❸ _____ anh nhỉ?

Tôi đổi ngày đi thành 30/4 đến 4/5.

Anh chờ chút để em xem nhé. Anh ơi, ngày 30 là trúng ngay dịp lễ lớn nên ❹ _____ lắm. Thành ra tour vào ngày đó của bên em đã được đặt hết rồi anh ạ.

Thế ngày 29 thì có tour không chị?

Ngày 29 thì còn 1 chỗ nhưng là khách sạn 3 sao thôi và ❺ _____ ăn sáng anh ạ. Ngày lễ nên những tour ok đều được đặt hết nhanh quá. Anh có muốn đổi sang ngày này không ạ?

Nếu tôi chọn bao gồm ăn sáng thì phải ❻ _____ hả chị?

Vâng ạ, chi phí ăn sáng là 200.000/ngày.
Anh ❼ _____ do trúng dịp lễ nên giá cả cao hơn so với bình thường. Với mình đặt gấp nữa nên không còn chỗ tốt.

Thế chị cứ đổi cho tôi tour qua ngày 29/4 đến 3/5 chị nhé.
Tôi chọn ❽ _____ và bao gồm ăn sáng ạ.

Vâng. Anh trả thêm 2 triệu rưỡi nữa là được anh nhé.

Cảm ơn chị nhé.

④ 내용 확인 하기　앞에 제시된 내용을 잘 생각하며 다음 문제를 풀어보세요.

1　보기의 단어 중 빈칸에 알맞은 단어를 넣어 문장을 완성하세요.

> 보기　　　　**đổi**　　　**bao gồm**　　　**trả phí**

① Tôi _____ ngày đi thành 30/4 đến 4/5.
4월 30일부터 5월 4일까지로 바꾸려고요.

② Nếu tôi chọn bao gồm ăn sáng thì phải _____ thêm hả chị?
조식 포함으로 선택하면 비용을 더 내야 하나요?

③ Tôi chọn nâng hạng phòng và _____ ăn sáng.
호텔 룸 업그레이드랑 조식 포함도 추가로 할게요.

2　내용이 맞으면 O, 틀리면 X를 표시하세요.

① Anh ấy muốn đổi lịch tour đã đặt hôm kia.　　　（　　　）

② Thường là ngày 30 thì còn nhiều vé.　　　（　　　）

③ Chi phí ăn sáng là miễn phí.　　　（　　　）

3　다음 질문에 알맞은 대답을 베트남어로 써 보세요.

① 남자는 무엇을 하러 여행사에 왔나요?

　_____

② 왜 30일에는 사람이 붐비나요?

　_____

③ 남자의 투어 일정은 어떻게 바뀌었나요?

　_____

⑤ 핵심 표현 이해하기 회화 속 핵심 표현을 익혀보세요.

1

Tôi đổi ngày đi thành 30/4 đến 4/5.
4월 30일부터 5월 4일까지로 바꾸려고요.

📖 'đổi thành'은 '~(으)로 바꾸다'라는 뜻입니다. 본문과 같은 'đổi A thành B'의 형태 또는, 'A đổi thành B'의 형태로 쓸 수 있으며, 'A를 B로 바꾸다'라는 표현입니다.

Tôi muốn đổi màu xanh thành màu trắng.	나는 푸른색을 흰색으로 바꾸고 싶어요.
Họ đã đổi nơi làm việc thành nơi này.	그들은 일하는 장소를 이 장소로 바꿨어요.

2

Anh ơi, ngày 30 là trúng ngay dịp lễ lớn nên đông người lắm.
30일은 공휴일이어서 사람이 아주 많아요.

📖 'đông'은 '붐비는'이라는 의미로 붐비는 대상을 그 뒤에 써서 표현합니다.

Trên con đường này đông xe lắm.	이 길은 차로 매우 붐벼요.
Giờ này trong phòng đông người quá!	이 시간에 방 안은 사람으로 매우 붐벼요!

3

Anh thông cảm do trúng dịp lễ nên giá cả cao hơn
so với bình thường.
공휴일이어서 평소보다 가격이 더 비싼 점 양해 부탁드립니다.

📖 'so với~'는 '~(와)과 비교하여'라는 의미이고, 'bình thường'은 '보통의, 평상의'라는 의미입니다. 두 단어가 합쳐져 '평소와 비교하여'라는 의미로 'so với bình thường' 으로 표현합니다.

So với bình thường, trời nóng hơn.	평소와 비교하여 날씨가 더 더워요.
Anh ấy trông đẹp trai hơn so với bình thường.	그는 평소와 비교하여 더 잘 생겨보여요.

단어 con đường 길 | trông+형용사 ~해 보이다 | đẹp trai 잘생긴

그림을 보고 주어진 대화를 완성해 보세요.

---

❶ 예약한 일정 변경하기

Chào anh. Em _____ giúp gì
cho anh ạ?

안녕하세요. 무엇을 도와드릴까요?

Tôi muốn đổi lịch tour _____ hôm qua.

Tôi _____ ngày đi _____ 30/4 đến 4/5.

어제 예약한 투어 일정을 바꾸고 싶어요.
4월 30일부터 5월 4일까지로 바꾸려고요.

---

❷ 원하는 사항 상세하게 말하기

Ngày lễ nên những tour ok đều được
đặt hết nhanh quá.

공휴일이어서 괜찮은 투어가 다 예약됐네요.

_____ bao gồm ăn sáng thì phải trả phí thêm hả chị?

조식 포함으로 선택하면 비용을 더 내야 하나요?

Vâng ạ, chi phí ăn sáng là 200.000 _____.

네, 조식 비용은 하루에 20만동이에요.

Thế chị cứ đổi cho tôi tour qua ngày 29/4 đến 3/5 chị nhé.

Tôi chọn nâng hạng phòng và _____ ạ.

그럼 4월 29일부터 5월 3일까지 투어로 바꿔주세요.
호텔 룸 업그레이드랑 조식 포함도 추가로 할게요.

🎧 Track 12-03

1 녹음을 들으며 빈칸을 채워 보세요.

❶ _____ anh muốn đổi _____ anh nhỉ?

❷ Anh _____ chút để em _____ nhé.

❸ _____ mình đặt _____ nữa nên không còn _____ tốt.

2 다음 문장에 알맞은 단어를 고르세요.

❶ Tôi muốn (đổi / hủy) lịch tour đã đặt hôm qua.
어제 예약한 투어 일정을 바꾸고 싶어요.

❷ Ngày 30 là trúng ngay dịp lễ lớn nên (đóng / đông) người lắm.
30일은 공휴일이어서 사람이 아주 많아요.

❸ Giá cả cao hơn (số với / so với) bình thường.
평소보다 가격이 비싸요.

3 제시된 한국어를 참고하여 주어진 단어를 어순에 맞게 배열하세요.

❶ thì   không   ngày 29   tour   chị   có

_____

29일은 투어가 있나요?

❷ muốn   anh   ngày này   không   có   đổi sang

_____

이 날로 바꾸시겠어요?

❸ anh   trả   nữa   2 triệu rưỡi   được   thêm   là

_____

250만 동 더 내주시면 됩니다.

여행지 1

① 학습 목표

❶ 목적지 위치를 물을 수 있다.

❷ 비용에 대해 물을 수 있다.

② 단어 알아보기

🎧 Track 13-01

단어	뜻	단어	뜻
hỏi	묻다, 질문하다	phòng bán vé	매표소
cổng vào	입구	rẽ trái	좌회전하다
lên	탑승하다	giá	가격
đi thẳng	직진하다	người lớn	성인
bãi đỗ xe	주차장	trẻ em	어린이
rẽ phải	우회전하다	cho	주다
thấy	보이다		

🎧 Track 13-02

👤 Chị ơi, cho tôi hỏi một chút.
Chị có biết ❶ _____ ở đâu không ạ?

👩 Cổng vào để lên ❷ _____ hả anh?

👤 Vâng, đúng rồi ạ.

👩 Anh đi thẳng ❸ _____ , đến _____ thì rẽ phải
là thấy ngay đấy.

👤 Thế phòng bán vé lên cáp treo cũng ❹ _____ luôn hả
chị?

👩 ❺ _____ thì anh rẽ trái ở bãi đỗ xe anh nhé.

👤 Cám ơn chị.

👤 Cho tôi hỏi ❻ _____ lên cáp treo là bao nhiêu ạ?

👩 Người lớn là 700 còn trẻ em là ❼ _____ .

👤 Cho tôi 2 vé ❽ _____ nhé.

👩 Đây ạ.

듣기 대본 142쪽

1　보기의 단어 중 빈칸에 알맞은 단어를 넣어 문장을 완성하세요.

보기	cáp treo	trẻ em	ở đâu

❶　Chị có biết cổng vào _____ không ạ?
　　입구가 어디에요?

❷　Cổng vào để lên _____ hả anh?
　　케이블카 타는 입구 말씀이신가요?

❸　Người lớn là 700 còn _____ là 550.
　　성인은 70만 동, 어린이는 55만 동이에요.

2　내용이 맞으면 O, 틀리면 X를 표시하세요.

❶　Anh ấy đến đó để lên cáp treo.　　　　　　　(　　　)

❷　Anh ấy biết cổng vào để lên cáp treo ở đâu rồi.　(　　　)

❸　Anh ấy không cần mua vé cáp treo.　　　　　　(　　　)

3　다음 질문에 알맞은 대답을 베트남어로 써 보세요.

❶　남자는 어떤 입구로 가는 길을 물어봤나요?

　　_____

❷　매표소는 주차장의 어느 쪽에 있나요?

　　_____

❸　남자는 총 얼마를 지불해야 하나요?

　　_____

1

Thế phòng bán vé lên cáp treo cũng ở đấy luôn hả chị?
그럼 매표소도 거기 있나요?

📖 '~도 역시'를 뜻하는 '~cũng, ~에 있다'를 뜻하는 'ở, 거기'를 뜻하는 'đấy, 바로, 즉시'를 뜻하는 'luôn', 그리고 문장 끝에서 의문문을 만드는 'hả'가 합쳐져 '~도 거기에 바로 있는 게 맞죠?'라는 표현입니다. 장소를 묻는 표현에서 많이 사용됩니다.

Trạm nghỉ cũng ở đấy luôn hả?   휴게소도 거기에 있는 게 맞죠?

Khách sạn cũng ở đấy luôn hả?   호텔도 거기에 있는 게 맞죠?

2

Cho tôi hỏi giá vé lên cáp treo là bao nhiêu ạ?
케이블카 티켓 얼마예요?

📖 '내가 질문하게 해주세요'를 뜻하는 'cho tôi hỏi~' 표현 뒤에 'giá ~ là bao nhiêu?'가 합쳐진 표현으로 '제가 ~가격이 얼마인지 묻게 해주세요', 즉 '~가격이 얼마예요?'를 묻는 표현이 됩니다.

Cho tôi hỏi giá thuê xe máy là
bao nhiêu ạ?   오토바이 빌리는 가격이 얼마예요?

Cho tôi hỏi giá vé máy bay đi
Nha Trang là bao nhiêu ạ?   냐짱 가는 비행기 표 가격이 얼마예요?

3

Người lớn là 700 còn trẻ em là 550.
성인은 70만 동, 어린이는 55만 동이에요.

📖 '~là A còn ~là B'는 '~(은)는 A하고 ~(은)는 B하다'의 의미로 서로 다른 두 대상을 비교하는 표현입니다.

Con trai tôi là học sinh còn con gái tôi
là sinh viên.   내 아들은 (초,중,고)학생이고, 내 딸은 대학생이에요.

Nhà bố mẹ là chung cư còn nhà tôi là
nhà riêng.   내 부모님 집은 아파트이고, 내 집은 주택이에요.

그림을 보고 주어진 대화를 완성해 보세요.

❶ 목적지 위치 묻기

👤 Chị có biết cổng vào _____

không ạ?

입구가 어디에요?

👩 _____ để lên cáp treo hả anh?

케이블카 타는 입구 말씀이신가요?

👤 Vâng, đúng rồi ạ.

네, 맞아요.

👩 Anh _____ đường này, đến bãi đỗ xe thì rẽ phải là

_____ đấy.

이 길로 쭉 가서 주차장에서 오른쪽으로 가시면 바로 보이실 거예요.

❷ 비용 묻기

👤 Cho tôi hỏi giá vé _____

là bao nhiêu ạ?

케이블카 티켓 얼마예요?

👩 _____ là 700 còn trẻ em là 550.

성인은 70만 동, 어린이는 55만 동이에요.

👤 Cho tôi _____ người lớn nhé.

성인 두 장 주세요.

👩 Đây ạ.

네, 여기요.

실력 확인하기 다음 제시된 문제를 풀어보며 실력을 다지세요.

🎧 Track 13-03

1 녹음을 들으며 빈칸을 채워 보세요.

❶ Cổng vào _____ cáp treo hả anh?

❷ _____ lên cáp treo cũng ở đấy luôn hả chị?

❸ Cho tôi hỏi giá vé lên cáp treo _____ ạ?

2 다음 문장에 알맞은 단어를 고르세요.

❶ Anh đi (thăng / thẳng) đường này.
이 길로 쭉 가세요.

❷ Đến bãi đỗ xe thì rẽ (phải / trái) là thấy ngay đấy.
주차장에서 오른쪽으로 가시면 바로 보이실 거예요.

❸ Cho tôi hỏi (giá / già) vé lên cáp treo là bao nhiêu ạ?
케이블카 티켓 얼마예요?

3 제시된 한국어를 참고하여 주어진 단어를 어순에 맞게 배열하세요.

❶ hỏi cho một chút chị ơi tôi

_____

저기요, 뭐 좀 여쭤볼게요.

❷ ở đâu cổng vào chị có không biết

_____

입구가 어디에요?

❸ 2 vé cho người lớn nhé tôi

_____

성인 두 장 주세요.

① 학습 목표

❶ 액티비티 이용에 대해 문의할 수 있다.

❷ 필요한 물건을 구매할 수 있다.

② 단어 알아보기

🎧 Track 14-01

단어	뜻	단어	뜻
dù bay	패러글라이딩	nếu ~ thì	만약 ~ 하면
đơn	단독의	bỏ	넣다
đôi	쌍으로 된 것	túi chống nước	방수팩
một lần	한 번	đeo	착용하다
bay	날다	cổ	목
mang theo	가지다, 가져오다	lượt	차례
điện thoại	전화	gọi	부르다
quay phim	촬영하다	ngồi	앉다

🎧 Track 14-02

Anh ơi, tôi ❶ ▢▢▢▢▢ dù bay.

Các chị ❷ ▢▢▢▢▢ dù đơn hay dù đôi?

Dù đơn thì bao nhiêu tiền anh?

Dù đơn thì 500 còn dù đôi thì 900 chị.
❸ ▢▢▢▢▢ là bay 15 phút.

À, thế cho tôi đi dù đơn nhé. Có được ❹ ▢▢▢▢▢
điện thoại không anh? Do tôi muốn ▢▢▢▢▢ á.

Nếu mang điện thoại thì chị phải ❺ ▢▢▢▢▢ túi chống
nước và đeo lên cổ chị nhé.
Nếu chị không có túi thì em có bán kèm đấy ạ.
50 nghìn một cái.

Ok, thế cho tôi một túi ❻ ▢▢▢▢▢ nữa nhé.
Khi nào có thể bay được anh?

Trước chị còn ❼ ▢▢▢▢▢ mới đến lượt.
Chị đứng chờ một chút nhé. Khi nào bay thì ▢▢▢▢▢ ạ.

Tôi ❽ ▢▢▢▢▢ đây nhé.

듣기 대본 143쪽

1 보기의 단어 중 빈칸에 알맞은 단어를 넣어 문장을 완성하세요.

보기	gọi	mang theo	bay

❶ Các chị muốn _____ dù đơn hay dù đôi?
두 분은 따로 타실 거예요, 아니면 한 번에 두 명이 함께 타실 거예요?

❷ Có được _____ điện thoại không anh?
혹시 핸드폰을 가지고 탈 수 있나요?

❸ Khi nào bay thì em _____ chị ạ.
순서 되면 제가 불러 드릴게요.

2 내용이 맞으면 O, 틀리면 X를 표시하세요.

❶ Chị ấy muốn đi dù bay một mình.　　　　　　(　　　)

❷ Đi dù đơn thì 1 lần là bay 15 phút.　　　　　(　　　)

❸ Chị ấy có thể đi dù bay ngay được.　　　　　(　　　)

3 다음 질문에 알맞은 대답을 베트남어로 써 보세요.

❶ 왜 여자는 휴대 전화를 가지고 타고 싶어하나요?

_____

❷ 휴대 전화를 가지고 타려면 어떻게 해야하나요?

_____

❸ 만일 방수팩이 없으면 어떻게 하면 되나요?

_____

1

> **Dù đơn thì 500 còn dù đôi thì 900 chị.**
> 혼자는 50만 동, 두 명은 90만동이에요.

📖 'A thì B còn C thì D'는 'A는 B하고 C는 D하다'라는 의미로, A와 C를 비교하는 표현 입니다.

Gia đình tôi thì đi dù đơn còn gia đình bạn tôi thì đi dù đôi.	우리 가족은 혼자 타고 내 친구 가족은 같이 타요.
Ở đây thì cấm quay phim còn ở đó thì có thể quay phim được.	여기는 촬영이 금지되어 있고 그곳은 촬영이 가능해요.

2

> **Có được mang theo điện thoại không anh?**
> 혹시 핸드폰을 가지고 탈 수 있나요?

📖 'có được + 동사 + không?'은 가능의 의미를 나타내는 'được'을 'có'로 강조하여 가능성을 물어보는 '~할 수 있어요?, ~해도 되나요?'의 의미를 나타냅니다.

Có được quay phim không?	촬영할 수 있어요?
Có được chờ ở đây không?	여기에서 기다릴 수 있어요?

3

> **Do tôi muốn quay phim á.**
> 촬영하고 싶어서요.

📖 'do'는 '~(으)로 인해, ~하기 때문에'라는 의미로, 원인이나 이유에 대해 말할 때 사용 합니다.

Xe tôi đã bị hỏng do ngập nước.	내 차는 물에 잠겨서 고장났어요.
Anh ấy bị cảm do mưa lớn.	그는 비로 인해 감기에 걸렸어요.

> **단어** **cấm** 금지하다 | **bị hỏng** 고장나다

보고 말하기 그림을 보고 주어진 대화를 완성해 보세요.

❶ 액티비티 이용 문의하기

Các chị muốn bay dù đơn hay _____?

두 분은 따로 타실 거예요, 아니면 한번에 두 명이 함께 타실 거예요?

_____ thì bao nhiêu tiền anh?

혼자 타면 얼마예요?

Dù đơn thì 500 còn dù đôi thì _____ chị.

Một lần là bay _____ phút.

혼자는 50만 동, 두 명은 90만동이에요. 한 번에 15분 동안이고요.

❷ 물건 구매하기

Có được mang theo _____ không anh?

Do _____ quay phim á.

혹시 핸드폰을 가지고 탈 수 있나요?
촬영하고 싶어서요.

Nếu mang điện thoại thì chị phải bỏ vào túi chống nước và

_____ chị nhé. Nếu chị _____ thì em có

bán kèm đấy ạ. 50 nghìn một cái.

핸드폰을 가지고 타시면 방수팩에 넣어서 목에 걸어야 해요. 방수팩 없으시면 판매도 하고 있으니까 구매하시면 되고요. 한 개 5만 동이에요.

🎧 Track 14-03

1 녹음을 들으며 빈칸을 채워 보세요.

❶ Các chị muốn bay _____ hay _____?

❷ Dù đơn thì _____ còn dù đôi thì _____ chị.

❸ Khi nào _____ được anh?

2 다음 문장에 알맞은 단어를 고르세요.

❶ Do tôi muốn (chụp hình / quay phim) á.
    촬영하고 싶어서요.

❷ Chị phải bỏ vào túi chống (nước / nắng).
    방수팩에 넣어야 해요.

❸ Khi nào có thể (bảy / bay) được anh?
    언제 탈 수 있을까요?

3 제시된 한국어를 참고하여 주어진 단어를 어순에 맞게 배열하세요.

❶ là   bay   15 phút   một lần

    _____

    한 번에 15분 동안이고요.

❷ còn   trước   mới   chị   lượt   nữa   đến   2 người

    _____

    앞에 두 분 있고 그 다음 차례예요.

❸ nhé   ngồi   tôi   đây   sẽ

    _____

    여기 앉아 있을게요.

식당 1

① 학습 목표

❶ 메뉴판을 달라고 말할 수 있다.

❷ 음식을 추천 받을 수 있다.

② 단어 알아보기

🎧 Track 15-01

단어	뜻	단어	뜻
gọi món	음식을 주문하다	thịt bò xào	소고기 볶음
thực đơn	메뉴	rau muống	공심채
không ~ lắm	그다지 ~않다	cá kho	생선조림
về	~에 관해	khác	다른
món ăn	음식	dạ dày	위
giới thiệu	추천하다, 소개하다	hơi	약간
ngon	맛있는	yếu	약한
dùng	드시다	hải sản	해산물
cơm trưa	점심식사	bí đỏ	호박
canh	국	tỏi	마늘
chua	시큼한, 신맛나는	gà kho	닭고기 조림

🎧 Track 15-02

Chào chị. Chị **❶** _____ gì ạ?

Cho tôi xem **❷** _____.

Của chị đây ạ.

Ừm... Tôi không biết nhiều về **❸** _____ cho lắm.
Bạn có thể _____ món nào ngon cho tôi được không?

Chị có thể dùng thử set **❹** _____ cho 1 người.
Set này gồm cơm, canh chua, thịt bò xào rau muống và cá kho.

Còn món nào khác nữa không?
Dạ dày tôi **❺** _____, không ăn hải sản được.

Thế chị thử set số 2 đi ạ. Set này **❻** _____ cá,
gồm cơm, canh bí đỏ, rau muống xào tỏi và gà kho.

Thế cho tôi **❼** _____ nhé.
À! Ở đây có bún bò xào không bạn?

Xin lỗi chị, hôm nay chỗ em hết **❽** _____ làm món đó
rồi ạ. Chị thông cảm nhé.

À, thế thì thôi ạ.

듣기 대본 144쪽

④ 내용 확인 하기　앞에 제시된 내용을 잘 생각하며 다음 문제를 풀어보세요.

1 보기의 단어 중 빈칸에 알맞은 단어를 넣어 문장을 완성하세요.

보기	ngon	xem	đây

❶ Cho tôi _____ thực đơn.
메뉴판 주세요.

❷ Của chị _____ ạ.
여기 있습니다.

❸ Bạn có thể giới thiệu món nào _____ cho tôi được không?
맛있는 음식을 추천해주실 수 있나요?

2 내용이 맞으면 O, 틀리면 X를 표시하세요.

❶ Chị ấy đang ở nhà hàng.　　　　　　(　　)

❷ Chị ấy có thể ăn hải sản được.　　　　(　　)

❸ Chị ấy sẽ ăn set số 1.　　　　　　　(　　)

3 다음 질문에 알맞은 대답을 베트남어로 써 보세요.

❶ 왜 여자는 직원에게 음식을 추천해 달라고 했나요?

_____

❷ 왜 여자는 해산물을 먹을 수 없나요?

_____

❸ 왜 오늘 여자는 분보싸오를 먹을 수 없나요?

_____

1

> ### Chị gọi món gì ạ?
> 주문하시겠어요?

📖 '명사 + gì'는 '무슨 명사?'라는 의미로, 명사 앞에 동사가 함께 쓰이면 '무슨 명사를 ~해요?'라는 의미가 됩니다.

Chị đang xem phim gì?   무슨 영화를 보는 중이에요?

Bạn đã nghe nhạc gì?   무슨 음악을 들었어요?

2

> ### Tôi không biết nhiều về món ăn Việt Nam cho lắm.
> 베트남 음식에 대해 잘 모르겠네요.

📖 '많이 모른다'라는 'không biết nhiều, ~에 대해/관해'라는 'về'가 합쳐져 '~에 대해 모른다'라는 의미입니다. 문장 끝에 'cho lắm'을 사용하여 '~에 대해 잘 모른다'라는 의미의 표현입니다.

Tôi không biết nhiều về dự án này cho   나는 이 프로젝트에 대해 잘 몰라요.
lắm.

Tôi không biết nhiều về tính cách cô ấy   나는 그녀의 성격에 대해 잘 몰라요.
cho lắm.

3

> ### Còn món nào khác nữa không?
> 다른 음식 있을까요?

📖 '남아있다'라는 còn, '명사 + nào(어느), 다른'이라는 khác, '더'라는 'nữa 뒤에 의문사 'không'이 합쳐져 '다른 ~(이)가 있나요?'라는 표현이 됩니다.

Còn cái nào khác nữa không?   다른 것이 있어요?

Còn phòng nào khác nữa không?   다른 방이 있어요?

> 단어 **dự án** 프로젝트 | **tính cách** 성격

6 보고 말하기   그림을 보고 주어진 대화를 완성해 보세요.

---

1 메뉴판 달라고 말하기

🧑 Chào chị. Chị gọi _____ ạ?

안녕하세요. 주문하시겠어요?

👩 _____ thực đơn.

메뉴판 주세요.

🧑 _____ đây ạ.

여기 있습니다.

---

2 음식 추천 받기

👩 Ừm... Tôi không biết _____ món ăn

Việt Nam cho lắm.

Bạn có thể giới thiệu món nào ngon cho tôi được không?

음... 베트남 음식에 대해 잘 모르겠네요.

맛있는 음식을 추천해주실 수 있나요?

🧑 Chị có thể _____ set cơm trưa cho 1 người.

점심 메뉴 1번 세트 드셔보세요.

👩 Còn món _____ khác nữa không?

Dạ dày tôi hơi yếu, không ăn _____ được.

다른 음식 있을까요?

제가 위가 좀 약해서 해산물을 못 먹어요.

다음 제시된 문제를 풀어보며 실력을 다지세요.

🎧 Track 15-03

1 녹음을 들으며 빈칸을 채워 보세요.

❶ Bạn có thể _____ món nào ngon _____ được không?

❷ Set này _____ cơm, canh chua, thịt bò xào rau muống và _____ .

❸ Thế chị _____ set _____ 2 đi ạ.

2 다음 문장에 알맞은 단어를 고르세요.

❶ Chị có thể (dùng / dung) thử set cơm trưa.
점심 메뉴 세트 드셔보세요.

❷ Dạ dày tôi (hơi yếu / yếu hơi).
제가 위가 좀 약해서요.

❸ Hôm nay chỗ em hết (nguyên lý / nguyên liệu).
오늘 재료가 다 떨어졌어요.

3 제시된 한국어를 참고하여 주어진 단어를 어순에 맞게 배열하세요.

❶ gì   chị   món   gọi

_____

주문하시겠어요?

❷ cho   này   set   nhé   tôi

_____

이 세트로 주세요.

❸ không   ở đây   bún bò xào   có

_____

혹시 여기에 분보싸오가 있나요?

1 학습 목표

❶ 주문을 확인할 수 있다.

❷ 불만 사항을 말할 수 있다.

2 단어 알아보기

Track 16-01

단어	뜻	단어	뜻
bạn	당신	hôm nay	오늘
món	음식	chịu	참다, 견디다
gọi	주문하다	khó	어려운
đã ~ chưa	~했어요?	đợi	기다리다
xin lỗi	죄송합니다	lâu	오랜
bây giờ	지금	ủa	놀람을 나타내는 말
mới	막 ~하다	có ~ đâu	강한 부정 표현 (주로 과거에 대해 말할 때 사용)
trước	앞에, 전에	mang lại	가져가다

Track 16-02

Bạn ơi! Món tôi gọi đã ❶ _____?

Vâng, xin lỗi chị.
Bây giờ mới đến món của khách gọi trước mình, chị ạ.
Hôm nay nhà hàng ❷ _____, chị chịu khó đợi thêm
chút nữa nhé.
Món của chị _____ xong _____ ạ.

Tôi đã ❸ _____ lắm rồi. Bạn làm nhanh giúp tôi nhé.

❹ _____ chị gọi đây ạ.

Ủa? Bạn ơi, tôi không có gọi ❺ _____.

Chị không ❻ _____ bún thịt nướng ạ?

Tôi có gọi bún thịt nướng đâu?
Tôi gọi set cơm trưa ❼ _____ mà.

Xin lỗi chị. Để em ❽ _____ cho chị ạ.

Ok bạn.

듣기 대본 145쪽

앞에 제시된 내용을 잘 생각하며 다음 문제를 풀어보세요.

1 보기의 단어 중 빈칸에 알맞은 단어를 넣어 문장을 완성하세요.

> 보기   **xong**   **gọi**   **nhanh**

❶ Món tôi gọi đã _____ chưa?
제가 시킨 음식이 다 됐나요?

❷ Bạn làm _____ giúp tôi nhé.
빨리 해주세요.

❸ Món chị _____ đây ạ.
주문하신 식사 나왔습니다.

2 내용이 맞으면 O, 틀리면 X를 표시하세요.

❶ Chị ấy đang ăn cơm. ( )

❷ Chị ấy đang cảm thấy khó chịu. ( )

❸ Món chị ấy đã gọi là bún thịt nướng. ( )

3 다음 질문에 알맞은 대답을 베트남어로 써 보세요.

❶ 직원이 식사가 늦게 나온 이유를 무엇이라고 말했나요?

_____

❷ 직원이 처음에 서빙한 음식은 무엇인가요?

_____

❸ 여자는 어떤 음식을 주문했나요?

_____

1

Bây giờ mới đến món của khách gọi trước mình, chị ạ.

지금 막 앞에 시키신 분의 음식이 먼저 나왔습니다.

📖 'trước'은 '전, 앞'이라는 의미로 동사와 함께 쓰여 '동사 + trước'으로 표현하면 '먼저 ~하다'라는 의미가 됩니다.

Tôi về nhà trước nhé!   나 먼저 집에 갈게요!

Bạn đi ngủ trước nhé!   먼저 자요!

2

Hôm nay nhà hàng hơi đông.

오늘 손님이 조금 많아요.

📖 'hơi'는 정도부사로 '약간'이라는 의미이며, 형용사 앞에 위치합니다. 위치에 주의해야 합니다.

Món này hơi mặn.   이 음식은 약간 짜요.

Cách nấu món này hơi khó.   이 음식 만드는 방법은 약간 어려워요.

3

Chị không gọi bún thịt nướng ạ?

분틷느엉 시키신 것 아닌가요?

📖 부정을 나타내는 'không'을 서술어 앞에 붙이고 문장 끝에 'ạ'를 써서 '~하지 않아요?' 라는 의미의 'không ~ạ?' 표현입니다.

Bạn không ăn ở đây ạ?   당신은 여기서 먹지 않아요?

Bạn không thích nhà hàng đó ạ?   당신은 그 식당을 좋아하지 않아요?

> 단어 **mặn** 짠 | **cách** 방법 | **nấu** 요리하다

❶ 주문 확인하기

🧑 Bạn ơi! _____ đã xong chưa?

저기요! 제가 시킨 음식이 다 됐나요?

👩 Vâng, xin lỗi chị. Bây giờ mới đến món của khách gọi trước mình, chị ạ. Hôm nay nhà hàng hơi đông, chị _____ thêm chút nữa nhé.

죄송합니다. 지금 막 앞에 시키신 분의 음식이 먼저 나왔습니다. 오늘 손님이 조금 많아서, 불편하시겠지만 조금만 기다려주세요.

❷ 불만 사항 말하기

🧑 Ủa? Bạn ơi, tôi _____ món này.

어? 저기요, 저 이거 안 시켰어요.

👩 Chị không gọi bún thịt nướng ạ?

분틷느엉 시키신 것 아닌가요?

🧑 Tôi _____ set cơm trưa số 2 mà.

점심 메뉴 2번 세트 시켰잖아요.

👨 _____ chị. Để em mang lại cho chị ạ.

죄송합니다. 다시 가져다 드릴게요.

1 녹음을 들으며 빈칸을 채워 보세요.

❶ Bây giờ _____ món của khách gọi _____ mình.

❷ _____ của chị _____ xong rồi ạ.

❸ Tôi đã _____ lâu _____ rồi.

2 다음 문장에 알맞은 단어를 고르세요.

❶ Bây giờ (mới đến / đến mới) món của khách gọi trước mình.
지금 막 앞에 시키신 분의 음식이 먼저 나왔습니다.

❷ Hôm nay nhà hàng (hơi đông / đông hơi).
오늘 손님이 조금 많아요.

❸ Bạn làm (nhánh / nhanh) giúp tôi nhé.
빨리 해주세요.

3 제시된 한국어를 참고하여 주어진 단어를 어순에 맞게 배열하세요.

❶ tôi   món này   có   gọi   không

_____

저 이거 안 시켰어요.

❷ mà   gọi   cơm trưa   số 2   tôi   set

_____

점심 메뉴 2번 세트 시켰잖아요.

❸ để   mang lại   em   chị   cho

_____

다시 가져다 드릴게요.

① **학습 목표**

❶ 음료를 주문할 수 있다.

❷ 매장 이용 or 테이크아웃을 말할 수 있다.

② **단어 알아보기**

Track 17-01

단어	뜻	단어	뜻
cà phê	커피	mang về	테이크아웃하다
sữa	우유, (연유)	uống	마시다
sinh tố	스무디, 주스	chỗ	자리
bơ	아보카도	lên	올라가다
đá	얼음	đi	~하세요 (가벼운 명령)
nóng	뜨거운	chuẩn bị	준비하다
ở đây	여기에서		

🎧 Track 17-02

👤 Chào em! Cho anh 1 ❶ _____ và 1 sinh tố bơ nhé.

👤 Anh ❷ _____ cà phê sữa đá hay nóng ạ?

👤 Cà phê đá, em. Cho anh ❸ _____ chút nhé.

👤 Vâng. Anh dùng ở đây hay ❹ _____ ạ?

👤 Anh uống ở đây.

👤 Vâng. ❺ _____ 55 nghìn anh ạ.

👤 ❻ _____ còn chỗ không em?

👤 Dạ, còn anh.
Anh cứ lên đi, khi nào ❼ _____ thì em sẽ mang nước
lên cho anh nhé.

👤 Ok em.

듣기 대본 146쪽

앞에 제시된 내용을 잘 생각하며 다음 문제를 풀어보세요.

1 보기의 단어 중 빈칸에 알맞은 단어를 넣어 문장을 완성하세요.

> | 보기 | chỗ | đá | hay |
> |---|---|---|---|

❶ Anh dùng cà phê sữa _____ hay nóng ạ?
차가운 걸로 하세요, 따뜻한 걸로 하세요?

❷ Anh dùng ở đây _____ mang về ạ?
네. 여기서 드세요? 가져가세요?

❸ Tầng 2 còn _____ không em?
2층에 자리가 있나요?

2 내용이 맞으면 O, 틀리면 X를 표시하세요.

❶ Anh ấy gọi cà phê nóng.   (   )

❷ Anh ấy sẽ uống ở quán cà phê.   (   )

❸ Quán cà phê này không có cà phê sữa đá.   (   )

3 다음 질문에 알맞은 대답을 베트남어로 써 보세요.

❶ 남자는 어떤 것을 주문했나요?

_____

❷ 남자는 아이스 커피를 주문할 때 어떤 사항을 요청했나요?

_____

❸ 남자는 커피숍 안 어디에서 커피를 마시나요?

_____

회화 속 핵심 표현을 익혀보세요.

1

Cho anh nhiều sữa chút nhé.
연유 많이 주세요.

'nhiều'는 위치에 따라 형용사로 쓰이기도 하고, 부사로 쓰이기도 합니다.
'nhiều'가 명사 앞에 쓰였을 경우 형용사인 '많은 명사'라는 의미가 됩니다.

Cho tôi nhiều đường nhé!　　　　설탕 많이 주세요!

Cho tôi nhiều đá nhé!　　　　얼음 많이 주세요!

2

Anh cứ lên đi!
그냥 올라가세요!

'cứ + 동사'는 '계속 ~하다, 그냥 ~하다'라는 의미로, 가벼운 명령을 뜻하는 'đi'가 문장 끝에 함께 쓰여 '그냥 ~하세요!'의 표현이 됩니다.

Bạn cứ nói đi!　　　　계속 말하세요!

Bạn cứ hỏi đi!　　　　계속(그냥) 질문하세요!

3

Khi nào chuẩn bị xong thì em sẽ mang nước lên cho anh nhé.
음료 준비해서 가져다 드릴게요.

'khi nào ~ thì ~'는 '~하면 ~하다'라는 의미입니다. 이때, 'khi nào'는 본래의 의문사 뜻을 나타내지 않습니다.

Khi nào về đến nhà thì bật đèn trước nhé!　　집에 도착하면 전등 먼저 켜세요!

Khi nào rảnh thì chúng ta hãy đi chơi cùng nhé!　　한가하면 우리 함께 놀러가요!

단어 đá 얼음 | bật đèn 전등을 켜다 | đi chơi 놀러가다 | cùng 함께, 같이

❶ 음료 주문하기

Chào em!
Cho anh 1 cà phê sữa và _____ nhé.

안녕하세요.
밀크커피 하나랑 아보카도 스무디 하나 주세요.

Anh dùng cà phê sữa đá hay _____ ạ?

차가운 걸로 하세요, 따뜻한 걸로 하세요?

_____, em. Cho anh nhiều sữa chút nhé.

아이스 커피요. 연유 많이 주세요.

❷ 매장 이용 or 테이크아웃 말하기

Anh dùng _____ hay mang về ạ?

여기서 드세요? 가져가세요?

Anh _____ ở đây.

여기서 마실 거예요.

Vâng. Hết _____ anh ạ.

네. 5만 5천 동입니다.

🎧 Track 17-03

1 녹음을 들으며 빈칸을 채워 보세요.

❶ _____ 1 cà phê sữa _____ 1 sinh tố bơ nhé.

❷ Anh dùng _____ đá hay nóng ạ?

❸ Tầng 2 _____ không em?

2 다음 문장에 알맞은 단어를 고르세요.

❶ Cà phê (nóng / đá), em.
아이스 커피요.

❷ Anh (cuốn / uống) ở đây.
여기서 마실 거예요.

❸ Dạ, (con / còn) anh.
네, 있어요.

3 제시된 한국어를 참고하여 주어진 단어를 어순에 맞게 배열하세요.

❶ anh   nhé   sữa   chút   cho   nhiều

_____

연유 많이 주세요.

❷ anh   55 nghìn   ạ   hết

_____

5만 5천 동입니다.

❸ nước   cho   em   mang   anh   nhé   sẽ   lên

_____

음료 준비해서 가져다 드릴게요.

① 학습 목표

❶ wifi 비밀번호 물어보고 이용할 수 있다.

❷ 추가로 음료를 주문하고 결제할 수 있다.

② 단어 알아보기

🎧 Track 18-01

단어	뜻	단어	뜻
vào	접속하다	cốc	잔
mật khẩu	비밀번호	chỉ	단지 ~일 뿐이다
dấu	성조	nhận	받다
cách	띄어쓰기	phiền + 대상 + nhé	~해 주세요
nhập	기입하다	lát nữa	이따가
báo	알리다	nước	음료
sai	틀린	hóa đơn	영수증
viết	쓰다	của	~의 것
xoài	망고		

🎧 Track 18-02

👨 Em ơi. ❶ _____ mình có vào wifi được không em?

👩 Vâng, có anh.
Wifi là Cafe123, ❷ _____ là "cà phê ngon",
không dấu, không cách anh nhé.

👨 Anh nhập rồi mà nó báo sai.
Em ❸ _____ cho anh được không?

👩 Đây anh ạ.

👨 Cảm ơn em.
À, sinh tố xoài ❹ _____ bao nhiêu tiền thế em?

👩 Sinh tố xoài 35 nghìn anh ạ.

👨 Thế ❺ _____ một cốc nhé.

👩 Vâng. Bên em chỉ nhận ❻ _____ trước nên phiền anh
thanh toán bây giờ anh nhé.
Lát nữa em sẽ mang kèm nước và _____ lên cho anh ạ.

👨 Ok, 35 nghìn ❼ _____ đây.

듣기 대본 147쪽

④ 내용 확인 하기   앞에 제시된 내용을 잘 생각하며 다음 문제를 풀어보세요.

1 보기의 단어 중 빈칸에 알맞은 단어를 넣어 문장을 완성하세요.

보기	vào	đây	cốc

❶ Chỗ mình có _____ wifi được không em?
혹시 여기 와이파이가 되나요?

❷ Thế cho anh một _____ nhé.
그럼 한 잔 주세요.

❸ Ok, 35 nghìn của em _____.
오케이, 3만 5천동 여기요.

2 내용이 맞으면 O, 틀리면 X를 표시하세요.

❶ Anh ấy muốn uống sinh tố xoài.   (   )

❷ Wifi của quán cà phê này không có mật khẩu.   (   )

❸ Quán cà phê ở đây cũng nhận trả sau.   (   )

3 다음 질문에 알맞은 대답을 베트남어로 써 보세요.

❶ 왜 남자는 직원에게 비밀번호를 써 달라고 요청했나요?

_____

❷ 남자는 얼마를 지불해야 하나요?

_____

❸ 직원은 남자에게 음료와 함께 무엇을 가져다 준다고 했나요?

_____

1

Anh nhập rồi mà nó báo sai.
입력했는데 틀렸다고 나오네요.

📖 완료를 나타내는 'rồi'와 접속사 'mà'(~한데)가 합쳐져 '~rồi mà~'는 '~했는데 ~하다'라는 표현입니다.

Tôi ăn rồi mà vẫn đói bụng.	나는 먹었는데 여전히 배가 고파요.
Tôi nghe rồi mà không nhớ.	나는 들었는데 기억이 안 나요.

2

Bên em chỉ nhận thanh toán trước nên phiền anh thanh toán bây giờ anh nhé.
저희 카페가 선불이라 지금 먼저 결제해주시면 감사하겠습니다.

📖 'phiền'은 본래 '폐를 끼치다'라는 의미를 나타냅니다. 'phiền' 뒤에 화자가 부탁하는 내용을 넣고 문장 끝에 'nhé'를 쓰면 그 내용을 정중하게 부탁하는 표현이 됩니다.

Phiền bạn đổi chỗ nhé.	자리를 바꿔주시면 감사하겠습니다.
Phiền bạn trả lời ngay nhé.	바로 답변을 주시면 감사하겠습니다.

3

Lát nữa em sẽ mang kèm nước và hóa đơn lên cho anh ạ.
이따가 음료와 영수증 같이 가져다 드릴게요.

📖 '이따가'를 뜻하는 'lát nữa'와 미래 시제 'sẽ'가 뒤에 위치하여 '이따가 ~하겠습니다, 잠시 후 ~할 거예요' 라는 표현이 됩니다.

Lát nữa bạn sẽ thấy chữ đó.	잠시 후 그 글자가 보일 거예요.
Lát nữa sẽ có người đón bạn.	잠시 후 당신을 마중가는 사람이 있을 거예요.

단어 **đói bụng** 배고픈 | **nhớ** 기억하다 | **trả lời** 답변하다 | **chữ** 글자

6 보고 말하기   그림을 보고 주어진 대화를 완성해 보세요.

---

❶ wifi 비밀번호 물어보고 이용하기

Wifi là Cafe123, mật khẩu là "cà phê ngon", _____, _____ anh nhé.

와이파이는 cafe123이고, 비밀번호는 cà phê ngon, 성조 없고 띄어쓰기 없어요.

Anh nhập rồi mà nó _____ sai.

Em có thể viết cho anh được không?

입력했는데 틀렸다고 나오네요.
혹시 써주실 수 있나요?

Đây anh ạ.

여기요.

---

❷ 추가로 음료 주문하고 결제하기

_____ một cốc bao nhiêu tiền thế em?

망고 스무디는 한 잔에 얼마예요?

Sinh tố xoài _____ anh ạ.

3만 5천 동이에요.

Thế cho anh _____ nhé.

그럼 한 잔 주세요.

Lát nữa em sẽ _____ và hóa đơn lên cho anh ạ.

이따가 음료와 영수증 같이 가져다 드릴게요.

🎧 Track 18-03

1 녹음을 들으며 빈칸을 채워 보세요.

❶ Em có thể _____ cho anh được không?

❷ Bên em chỉ nhận _____ trước.

❸ _____ của em đây.

2 다음 문장에 알맞은 단어를 고르세요.

❶ Anh nhập rồi mà nó (báo / bao) sai.
입력했는데 틀렸다고 나오네요.

❷ Em có thể (biết / viết) cho anh được không?
써주실 수 있나요?

❸ (xoài sinh tố / sinh tố xoài) một cốc bao nhiêu tiền thế em?
망고 스무디는 한 잔에 얼마예요?

3 제시된 한국어를 참고하여 주어진 단어를 어순에 맞게 배열하세요.

❶ vào wifi chỗ được không mình có em

_____

여기 와이파이가 되나요?

❷ 35 nghìn sinh tố anh xoài

_____

망고 스무디는 3만 5천 동이에요.

❸ một anh cốc nhé cho

_____

한 잔 주세요.

배달 주문 1

① 학습 목표

❶ 배달 음식을 주문할 수 있다.

❷ 주소와 연락처를 말할 수 있다.

② 단어 알아보기

단어	뜻	단어	뜻
qua	~(으)로	từ ~ sang	~에서 ~(으)로
phô mai	치즈	vừa	적당한, 알맞은
đế	피자 도우	phải	~해야 한다
dày	두꺼운	trả	계산하다

🎧 Track 19-02

👨 A lô. Nhà hàng Ngon ❶ _____ .

👩 Anh ơi, tôi ❷ _____ combo 2 mà có thể đổi loại pizza không ạ?

👨 Vâng, được chị. Chị muốn đổi ❸ _____ pizza _____ ạ?

👩 Anh đổi cho tôi qua loại ❹ _____ được không?

👨 Được chị. Chị muốn lấy loại đế nào ạ?

👩 Cho tôi đế dày nhé. À, có thể đổi từ cỡ vừa sang ❺ _____ được không anh?

👨 Nếu muốn lấy cỡ lớn thì chị phải ❻ _____ 100 nghìn đấy ạ. Chị có muốn đổi không ạ?

👩 Ừm... thế cứ cho tôi cỡ vừa nhé.

👨 Vâng, chị. Cho em xin ❼ _____ và _____ của chị nhé.

👩 18 Nguyễn Thị Minh Khai, Quận 1. 0905123456.

👨 Combo 2 của chị hết 299.000, còn tiền ship là 25 nghìn. Khoảng 40 phút nữa pizza sẽ xong ạ. Khi nào shipper ❽ _____ đến thì sẽ gọi cho chị, chị nhé.

듣기 대본 148쪽

앞에 제시된 내용을 잘 생각하며 다음 문제를 풀어보세요.

1 보기의 단어 중 빈칸에 알맞은 단어를 넣어 문장을 완성하세요.

> 보기   đế   đặt   loại

❶ Tôi muốn _____ combo 2 mà có thể đổi loại pizza không ạ?
2번 콤보로 주문하려고 하는데, 피자 변경 가능한가요?

❷ Anh đổi cho tôi qua _____ phô mai được không?
치즈로 바꿔 주실 수 있어요?

❸ Chị muốn lấy loại _____ nào ạ?
도우는 어떤 걸로 해드릴까요?

2 내용이 맞으면 O, 틀리면 X를 표시하세요.

❶ Chị ấy đang ở nhà hàng pizza.   (   )

❷ Chị ấy muốn đế dày.   (   )

❸ Chị ấy đang sống ở quận 2.   (   )

3 다음 질문에 알맞은 대답을 베트남어로 써 보세요.

❶ 왜 여자는 큰 사이즈 피자를 주문하지 않았나요?

_____

❷ 여자는 총 얼마를 지불해야 하나요?

_____

❸ 지금 여자와 통화하고 있는 직원은 누가 그녀에게 전화를 할 것이라고 했나요?

_____

회화 속 핵심 표현을 익혀보세요.

1

A lô. Nhà hàng Ngon xin nghe.

여보세요. Ngon 식당입니다.

📖 전화를 받았을 때에는 'A lô(여보세요). 받은 사람 (xin) nghe'로 말합니다.
'xin'은 예의를 갖춰야 하는 상황에서 사용합니다.

A lô. Lan nghe.	여보세요. 란이에요.
A lô. Công ty du lịch ABC xin nghe.	여보세요. ABC 여행사입니다.

2

Anh đổi cho tôi qua loại phô mai được không?

치즈로 바꿔 주실 수 있어요?

📖 'đổi qua~'는 '~(으)로 바꾸다'라는 의미입니다. 'đổi' 뒤에 'cho tôi'를 붙여 '나를 위해'라는 부탁의 어조가 되고, 문장 끝에 가능을 물어보는 표현인 '~được không?'이 합쳐져 '~(으)로 바꿔줄 수 있어요?'라는 표현이 됩니다.

Bạn đổi cho tôi qua cái này được không?	이것으로 바꿔줄 수 있어요?
Bạn đổi cho tôi qua ngày này được không?	이 날로 바꿔줄 수 있어요?

3

Có thể đổi từ cỡ vừa sang cỡ lớn được không anh?

혹시 중간 사이즈를 큰 사이즈로 바꿀 수 있나요?

📖 'đổi A sang B'는 'A를 B로 바꾸다'라는 표현입니다.

Tôi đổi kiểu này sang kiểu khác rồi.	나는 이 스타일을 다른 스타일로 바꿨어요.
Bạn muốn đổi phòng bạn sang phòng nào?	당신은 방을 어느 방으로 바꾸기를 원해요?

단어 **kiểu** 스타일

그림을 보고 주어진 대화를 완성해 보세요.

① 배달 음식 주문하기

A lô. _____ xin nghe.

여보세요. Ngon 식당입니다.

Anh ơi, tôi muốn đặt combo 2 mà _____

loại pizza không ạ?

2번 콤보로 주문하려고 하는데, 피자 변경 가능한가요?

Vâng, _____.

네, 가능합니다.

② 주소와 연락처 말하기

Cho em xin địa chỉ và _____

của chị nhé.

주소랑 연락처 알려주세요.

18 Nguyễn Thị Minh Khai, Quận 1. 0905123456.

1군 Nguyen thi minh khai길 18번지. 0905123456 예요.

Combo 2 của chị hết 299.000, còn tiền ship là 25 nghìn.

_____ 40 _____ nữa pizza sẽ xong ạ.

Khi nào shipper giao hàng đến thì sẽ gọi cho chị, chị nhé.

네, 2번 콤보는 299,000동이고 배달비는 2만 5천 동입니다.

40분 정도 뒤에 피자 준비될 예정이에요.

배달원이 도착하면 전화드릴게요.

🎧 Track 19-03

1 녹음을 들으며 빈칸을 채워 보세요.

❶ Anh ＿＿＿＿＿ cho tôi ＿＿＿＿＿ loại phô mai được không?

❷ Cho tôi để ＿＿＿＿＿ nhé.

❸ Có thể đổi từ ＿＿＿＿＿ sang ＿＿＿＿＿ được không anh?

2 다음 문장에 알맞은 단어를 고르세요.

❶ Chị muốn lấy loại (đề / để) nào?
도우는 어떤걸로 해드릴까요?

❷ Chị có muốn (đổi / đòi) không?
바꾸시겠어요?

❸ Khoảng (phút 40 / 40 phút) nữa pizza sẽ xong.
40분 정도 뒤에 피자 준비될 예정이에요.

3 제시된 한국어를 참고하여 주어진 단어를 어순에 맞게 배열하세요.

❶ đổi   chị   nào   loại   pizza   muốn

＿＿＿＿＿＿＿＿＿＿＿＿＿＿＿＿＿＿＿＿

어떤 피자로 바꾸고 싶으세요?

❷ trả   chị   đấy   phải   100 nghìn   thêm

＿＿＿＿＿＿＿＿＿＿＿＿＿＿＿＿＿＿＿＿

추가로 10만동을 내셔야 해요.

❸ cho   địa chỉ   em   số điện thoại   của   chị   và   xin   nhé

＿＿＿＿＿＿＿＿＿＿＿＿＿＿＿＿＿＿＿＿

주소랑 연락처 알려주세요.

① **학습 목표**

❶ 정기 배달을 신청할 수 있다.

❷ 배달을 원하는 물품에 대해 상세하게 말할 수 있다.

② **단어 알아보기**

🎧 Track 20-01

단어	뜻	단어	뜻
đại lý	대리점, 지점	nhà riêng	주택
nước uống	생수	thang máy	엘리베이터
định kỳ	정기적인	tính phí phụ thu	부가 비용
dịch vụ giao	배달 서비스	lầu	계단, 층
tận	~까지	hãng	브랜드, 상표
như thế nào	어떻게	bình úp	정수기용 물통
chủ nhật	일요일	bình nước nóng	정수기
miễn phí	무료의	vòi	꼭지
khách hàng	손님	bắt đầu	시작하다
trở lên	이상	tiền mặt	현금
phí giao hàng	배달비	chuyển khoản	이체하다
chung cư	아파트	tổng cộng	총, 합계

🎧 Track 20-02

A lô. ❶ _____ nước uống Sài Gòn xin nghe.

Tôi muốn đặt nước uống định kỳ.
Bên chị có dịch vụ giao nước tận nhà không?

Có, anh. Anh muốn đặt định kỳ như thế nào ạ?

3 tuần thì bên chị giao ❷ _____ cho tôi vào chủ nhật nhé.

Bên em chỉ miễn phí giao hàng khi khách hàng đặt từ 2 bình
trở lên thôi anh ạ.
Nhà mình ở quận 3 thì phí giao hàng là 15.000 anh nhé.
Mà anh ở chung cư hay nhà riêng thế ạ?

Nhà tôi ở chung cư, tầng 5 nhưng có thang máy.

Nếu có thang máy thì bên em không tính phí phụ thu giao lên lầu
anh nhé. Anh muốn nước hãng nào ạ? Loại bình úp hay bình có
vòi thế anh?

Chị giao cho tôi nước ABC 21l, loại úp dùng cho bình nước nóng
nhé.

Ok anh. ❸ _____ giao từ tuần này hay sao ạ?

Từ tuần này đi chị. Tôi thanh toán sao ạ?

Anh có thể thanh toán ❹ _____ cho shipper, hoặc
chuyển khoản trước cho bên em anh nhé. Vì đây là lần đầu tiên
mình đặt nên sẽ có tiền đặt cọc cho bình nước là 30 nghìn ạ.
Anh sẽ thanh toán là 30 nghìn tiền đặt cọc, 60 nghìn tiền nước và
15 nghìn tiền ship, tổng cộng là 105 nghìn. Những lần sau thì chỉ
trả 75 nghìn thôi anh nhé.

듣기 대본 149쪽

④ 내용 확인 하기   앞에 제시된 내용을 잘 생각하며 다음 문제를 풀어보세요.

1 보기의 단어 중 빈칸에 알맞은 단어를 넣어 문장을 완성하세요.

보기	nước uống	quận	đặt

① Đại lý _____ Sài Gòn xin nghe.
사이공 생수 대리점입니다.

② Anh muốn _____ định kỳ như thế nào ạ?
어떻게 주문하고 싶으세요?

③ Nhà tôi ở _____ 3 thì có free ship không chị?
저희 집이 3군에 있는데 무료로 배달되나요?

2 내용이 맞으면 O, 틀리면 X를 표시하세요.

① Anh ấy có thể sử dụng dịch vụ giao hàng tận nhà miễn phí. (   )

② Anh ấy sẽ đặt loại bình úp.   (   )

③ Anh ấy sẽ nhận nước uống từ tuần này.   (   )

3 다음 질문에 알맞은 대답을 베트남어로 써 보세요.

① 남자는 어떤 서비스가 있는지 문의했나요?

_____

② 생수 대리점의 무료 배달 조건은 무엇인가요?

_____

③ 남자는 언제부터 생수 배달을 원하나요?

_____

1

Bên chị có dịch vụ giao nước tận nhà không?

집까지 배달해주는 서비스가 있나요?

📖 'tận + 장소'는 '~까지'라는 의미로, 화자가 생각할 때 비교적 멀다고 느끼는 장소에 대해 말할 때 사용합니다.

Anh ấy đã đón tôi tận sân bay.　　　그는 공항까지 나를 마중 나왔어요.

Nhà anh ấy bị ngập tận mái.　　　그의 집은 지붕까지 잠겼어요.

2

Bên em chỉ miễn phí giao hàng khi khách hàng đặt từ 2 bình trở lên thôi anh ạ.

두 개 이상 주문하시는 손님에게만 무료로 배달해 드리고 있어요.

📖 '~trở lên'은 '~이상'이라는 의미로, 어떤 기준의 정도를 넘었을 때 사용합니다.

Bạn mua 2 cái trở lên thì tôi sẽ bán.　　　당신이 두 개 이상 사면 팔게요.

Tôi muốn sinh 2 con trở lên.　　　나는 두 명 이상의 자식을 낳고 싶어요.

3

Tôi thanh toán sao ạ?

어떻게 계산하나요?

📖 '~sao?'는 '~어때요?'의 의미일 경우 문장 끝에 위치합니다. 'thế nào'와 마찬가지로 상태에 대해 묻는 의문사입니다.

Bạn sẽ nói sao?　　　당신은 어떻게 말할 거예요?

Thời tiết hôm nay sao?　　　오늘 날씨는 어때요?

단어 **bị ngập** (물에) 잠기다 | **mái** 지붕

1 정기 배달 신청하기

Tôi muốn đặt nước uống định kỳ.

Bên chị có _____ giao nước tận nhà không?

정기적으로 물을 주문하려고 하는데요.
집까지 배달해주는 서비스가 있나요?

Có, anh. Anh muốn đặt định kỳ _____ ạ?

네, 있어요. 어떻게 주문하고 싶으세요?

3 tuần thì bên chị giao 1 bình nước cho tôi _____ nhé.

3주에 한 번 일요일에 배달해 주세요.

2 배달 물품에 대해 상세하게 말하기

Anh muốn nước _____ ạ?

Loại bình úp hay bình có vòi thế anh?

어느 브랜드로 배달해 드릴까요?
정수기용 물통인가요, 꼭지가 있는 물통인가요?

Chị giao cho tôi nước ABC 2l, loại úp dùng cho

_____ nhé.

2l짜리 정수기용 ABC 물로 배달해주세요.

Ok anh. Bắt đầu _____ từ tuần này hay sao ạ?

네, 이번주부터 배달하면 될까요?.

Từ _____ đi chị.

이번주부터 해주세요.

다음 제시된 문제를 풀어보며 실력을 다지세요.

Track 20-03

1 녹음을 들으며 빈칸을 채워 보세요.

❶ Bên chị có dịch vụ giao nước _____ không?

❷ Anh ở _____ hay _____ thế ạ?

❸ Loại bình úp hay bình _____ thế anh?

2 다음 문장에 알맞은 단어를 고르세요.

❶ Chị (giáo / giao) cho tôi nước ABC 21l.
21L 짜리 ABC 물로 배달해주세요.

❷ Tầng 5 nhưng có (thang máy / thang cuốn).
5층인데 엘리베이터가 있어요.

❸ Những (sau lần / lần sau) thì chỉ trả 75 nghìn thôi anh nhé.
이후에는 7만 5천 동 계산해주시면 돼요.

3 제시된 한국어를 참고하여 주어진 단어를 어순에 맞게 배열하세요.

❶ muốn   tôi   định kỳ   nước uống   đặt

_____

정기적으로 물을 주문하려고 하는데요.

❷ muốn   nào   nước   hãng   anh

_____

어느 브랜드로 배달해 드릴까요?

❸ sao   thanh toán   tôi

_____

어떻게 계산하나요?

40가지 현지에서 바로 쓰는 상황별 회화·듣기 필수 문형

베트남어
실전 듣기 · 말하기 Ⅱ

Contents

MP3 무료 다운로드

▶MP3 무료 다운로드

vietnam.siwonschool.com

· MP3 무료 다운로드 파일은 홈페이지 접속 ▶ 학습지원센터 ▶ 공부 자료실에서
  다운로드 받으실 수 있습니다.

① 학습 목표

❶ 불편 사항에 대해 상세하게 말할 수 있다.

❷ 집주인에게 수리 요청을 할 수 있다.

② 단어 알아보기

🎧 Track 01-01

단어	뜻	단어	뜻
cháu	손자뻘	동사 + mất	~해 버리다
bác	아주머니	với cả	그리고
bồn cầu	변기	máy nước nóng	온수기
trong	~안에	để + 주어 + 동사	주어가 동사하게 두다
bị tắc	막히다	bác trai	아저씨
làm sao	어떻게	bảo	말하다, 알리다
cũng	~도 또한	thợ	기술자
vẫn	여전히	tự	스스로
bình thường	보통의	trả tiền	계산하다
sáng nay	오늘 아침		

🎧 Track 01-02

A lô, bác Lan ạ? ❶ _____ Hyojung đây ạ.

Ừ, bác nghe đây cháu. Có ❷ _____ gì không?

Vâng, bác ơi, bồn cầu trong phòng cháu ❸ _____ rồi.
Cái này thì phải _____ hả bác?

Bị tắc rồi hả? ❹ _____ bị tắc thế cháu?

Cháu cũng không biết nữa.
Hôm qua vẫn đi bình thường, nhưng sáng nay lại bị tắc mất.
Với cả ❺ _____ bị gì ấy, không có nước nóng bác ạ.

Thế à? Thế lát cháu có ở nhà không để bác trai
❻ _____ thế nào.

❼ _____ cháu về ạ.

Thế lát tối bác bảo bác trai lên xem cho nhé.
Nếu bác trai không sửa được thì phải ❽ _____ .
Bác sẽ gọi thợ đến sửa, cháu tự trả tiền cho họ nhé.

Vâng ạ. Cháu cảm ơn bác.

듣기 대본 130쪽

4 내용 확인 하기   앞에 제시된 내용을 잘 생각하며 다음 문제를 풀어보세요.

1 보기의 단어 중 빈칸에 알맞은 단어를 넣어 문장을 완성하세요.

보기	sao	bồn cầu	về

❶ _____ trong phòng cháu bị tắc rồi.
제 방 변기가 막혔어요.

❷ _____ mà bị tắc thế cháu?
왜 막혔니?

❸ Lát tối cháu _____ ạ.
저 저녁에 집에 갈 거예요.

2 내용이 맞으면 O, 틀리면 X를 표시하세요.

❶ Hôm nay Hyojung sẽ không có ở nhà.   (   )

❷ Hyojung không có vấn đề gì hết trong phòng.   (   )

❸ Nếu gọi người sửa thì Hyojung phải sẽ trả tiền.   (   )

3 다음 질문에 알맞은 대답을 베트남어로 써 보세요.

❶ 왜 효정이는 아주머니에게 전화를 했나요?

_____

❷ 효정의 집에 변기 말고 또 어떤 문제가 있나요?

_____

❸ 언제 주인 아저씨는 효정이 집에 방문할 예정인가요?

_____

1

Bồn cầu trong phòng cháu bị tắc rồi.
제 방 변기가 막혔어요.

📖 'bị tắc'은 '~(이)가 막히다, 걸리다' 라는 뜻으로, 어떤 것이 막혀있어 움직이지 않는 상태를 나타내는 표현입니다.

Vì ống thoát nước nhà tôi bị tắc.   집 배수관이 막혀서요.

Đường bị tắc rồi.   길이 막히네요.

2

Hôm qua vẫn đi bình thường, nhưng sáng nay lại bị tắc mất.
어제는 잘 됐는데, 오늘 아침에 막혀버렸어요.

📖 'lại + 동사'는 화자가 예상하지 못했거나 이유를 알지 못하여 놀람을 나타낼 때 사용하는 표현입니다.

Sao anh lại đi Hàn Quốc?   왜 당신은 한국에 가요?

Sao chị lại nói như thế?   왜 당신은 그렇게 말해요?

3

Với cả máy nước nóng bị gì ấy.
그리고 온수기에 문제가 있는 것 같아요.

📖 'bị gì'는 어떤 문제가 있을 때 사용할 수 있는 표현으로, 'bị gì'의 앞이나 뒤에 문제를 나타내는 표현을 넣어 사용합니다.

Hình như máy vi tính của anh bị gì ấy.   당신의 컴퓨터에 문제가 있는 것 같아요.

Điện thoại của chị bị gì thế?   당신의 휴대 전화에 어떤 문제가 있나요?

> **단어** vì ~때문에 | **ống thoát nước** 배수관 | **đường** 길 | **đi** 가다 | **nói** 말하다 |
> **hình như** ~인 것 같다 | **của** ~의 | **máy vi tính** 컴퓨터 | **điện thoại** 휴대 전화

그림을 보고 주어진 대화를 완성해 보세요.

① 불편 사항에 대해 상세하게 말하기

Bác ơi, bồn cầu trong _____

cháu bị tắc rồi.

저희 방 변기가 막혔어요.

_____ rồi hả? Sao mà bị tắc thế cháu?

막혔어? 왜 막혔니?

_____ vẫn đi bình thường, nhưng sáng nay lại bị tắc

mất.

어제는 잘 됐는데, 오늘 아침에 막혀버렸어요.

② 집주인에게 수리 요청하기

_____ cháu về ạ.

저 저녁에 집에 갈 거예요.

Thế lát tối bác bảo bác trai lên xem cho nhé. Nếu bác trai không

sửa được thì phải gọi người. Bác sẽ gọi thợ đến sửa, cháu

_____ cho họ nhé.

그럼 저녁에 아저씨한테 올라가서 보라고 할게. 아저씨가 수리 못 하면 사람을 불러야 돼.

내가 불러주는데 비용은 효정이가 알아서 계산해줘.

Vâng ạ. Cháu cảm ơn bác.

네, 알겠습니다. 감사합니다.

🎧 Track 01-03

1　녹음을 들으며 빈칸을 채워 보세요.

　❶　Có _____ không?

　❷　Với cả máy nước nóng _____, không có _____ bác ạ.

　❸　Nếu bác trai không _____ thì phải gọi người.

2　다음 문장에 알맞은 단어를 고르세요.

　❶　Hôm qua vẫn đi (bình thường / thường xuyên).
　　어제는 잘 됐어요.

　❷　Thế lát cháu có ở nhà không để bác trai lên (xem thế nào / thế nào xem).
　　그래? 그럼 이따 집에 있니? 아저씨가 올라가서 어떻게 된 건지 보려고.

　❸　Lát tối cháu (đi / về) ạ.
　　저 저녁에 집에 갈 거예요.

3　제시된 한국어를 참고하여 주어진 단어를 어순에 맞게 배열하세요.

　❶　phòng　bồn cầu　cháu　rồi　trong　bị tắc

　　_____

　　저희 방 변기가 막혔어요.

　❷　biết　cháu　không　nữa　cũng

　　_____

　　저도 잘 모르겠어요.

　❸　mất　sáng nay　bị tắc　lại

　　_____

　　오늘 아침에 막혀버렸어요.

1 학습 목표

❶ 필요한 청소 사항에 대해 말할 수 있다.

❷ 비용에 대해 물을 수 있다.

2 단어 알아보기

Track 02-01

단어	뜻	단어	뜻
được + 동사	~하게 되다 (긍정적인 의미)	toàn bộ	전체
giới thiệu	소개하다	căn nhà	집
người giúp việc	가사도우미	lau dọn	닦다
mời + 대상 + 동사	~에게 ~하라고 청하다	cửa sổ	창문
nhờ	부탁하다	ga giường	침대 커버
làm (việc)	일하다	quần áo	옷, 의류
được + 기간	기간이 되다	giặt	세탁하다, 빨다
trước đó	그전에	là	다리미질하다
tốt	좋은	nấu ăn	요리하다
quá	너무 (정도부사)	một vài	몇몇의
dọn dẹp	청소하다	ít ~ lắm	매우 적게
hàng tuần	매주	lương	급여

Track 02-02

Chào anh. Tôi là Mai, tôi được anh Kim ❶ _____ đến đây.
Nhà anh cần người giúp việc phải không?

À, chào chị. Mời chị vào nhà.
Tôi đang cần người giúp việc nên nhờ anh Kim giới thiệu.
Chị làm ở nhà anh Kim lâu chưa?

Tôi làm ở nhà anh Kim được ❷ _____ rồi.
Trước đó thì tôi đã làm ở nhiều nhà khác nữa.
Tôi làm việc này hơn 10 năm rồi.

Thế thì tốt quá!
Tôi cần chị dọn nhà vào thứ bảy hàng tuần.
Chị có thể làm lúc đó không?

Được anh. Tôi chỉ cần dọn nhà thôi hay có làm những việc khác nữa?

Chị giúp tôi dọn dẹp ❸ _____ căn nhà, lau dọn những
nơi như cửa sổ, và thay ga giường mỗi tuần.
À, quần áo thì tôi sẽ tự giặt còn là thì chị làm giúp tôi nhé.

Vâng. Anh có cần tôi nấu ăn không?
Tôi có thể nấu một vài món Hàn đấy.

Không cần ạ. Tôi ít ở nhà vào cuối tuần lắm.
Lương thì chị tính thế nào ạ?

Thường thì tôi làm 1 giờ 50 nghìn.
Một ngày cuối tuần, mỗi ngày làm 4 tiếng thì một tháng là
800 nghìn.

Ok chị. Thế tuần sau chị ❹ _____ luôn nhé.

듣기 대본 131쪽

④ 내용 확인 하기 앞에 제시된 내용을 잘 생각하며 다음 문제를 풀어보세요.

1 보기의 단어 중 빈칸에 알맞은 단어를 넣어 문장을 완성하세요.

보기	lâu	nấu ăn	giúp

❶ Nhà anh cần người _____ việc phải không?
가사도우미 필요하신 거 맞으시죠?

❷ Chị làm ở nhà anh Kim _____ chưa?
김 사장님 집에서 일 하신 지 오래 되셨나요?

❸ Anh có cần tôi _____ không?
혹시 요리도 필요하세요?

2 내용이 맞으면 O, 틀리면 X를 표시하세요.

❶ Chị ấy được giới thiệu đến nhà anh ấy.   (   )

❷ Chị ấy mới bắt đầu làm người giúp việc nhà.   (   )

❸ Chị ấy chỉ cần dọn nhà ở nhà anh ấy.   (   )

3 다음 질문에 알맞은 대답을 베트남어로 써 보세요.

❶ 남자는 여자에게 무슨 요일마다 청소를 부탁했나요?

_____

❷ 남자는 집안일 중 어떤 일을 본인이 직접한다고 했나요?

_____

❸ 언제부터 여자는 출근하나요?

_____

1

Tôi là Mai, tôi được anh Kim giới thiệu đến đây.
마이라고 해요, 김 사장님에게 추천받아서 왔어요.

📖 수동태 'được + 동사'는 '~하게 되다'의 의미로 긍정적인 늬앙스에서 'được'을 사용합니다. 이때, 행위자를 추가하여 표현하려면 'được + (행위자) + 동사'의 형태로 표현할 수 있습니다.

Hôm nay tôi được nghe tin đó.   나는 오늘 그 소식을 듣게 되었어요.

Anh ấy được bầu làm người đại diện.   그는 대표로 선출되었어요.

2

Tôi đang cần người giúp việc nên nhờ anh Kim giới thiệu.
가사도우미 필요해서 김 사장님에게 추천 부탁했어요.

📖 'nhờ'는 '부탁하다'의 의미로 'nhờ + A(사람) + B(동사)'의 형태로 사용하며, 'A에게 B해달라고 부탁하다'라는 표현입니다.

Tôi nhờ chị ấy đổi ngày.   나는 그녀에게 날짜를 바꿔 달라고 부탁했어요.

Chị ấy nhờ tôi làm việc này.   그녀는 나에게 이 일을 해달라고 부탁했어요.

3

Tôi làm ở nhà anh Kim được hơn 3 năm rồi.
김 사장님 집에서 일한 지 3년 넘었어요.

📖 'được'은 기간 앞에 위치하여 'được + 기간'의 형태로 표현할 경우 '~한 기간이 되었다'라는 의미가 됩니다.

Tôi học tiếng Việt được 3 tháng rồi.   나는 베트남어를 공부한지 3개월이 됐어요.

Anh ấy chuyển nhà được 1 tuần rồi.   그는 이사한지 일주일이 됐어요.

단어 tin 소식 | bầu 선출하다 | người đại diện 대표

① 필요한 청소 사항에 대해 말하기

Tôi cần chị dọn nhà vào _____ hàng tuần.

매주 토요일마다 청소 부탁드려요.

Được anh. Tôi chỉ cần _____ thôi hay có làm những việc khác nữa?

가능해요. 청소만 하면 되나요? 아니면 다른 일도 해야 되나요?

Chị giúp tôi dọn dẹp toàn bộ căn nhà, lau dọn những nơi như cửa sổ, và _____ mỗi tuần.

집 전체 청소, 창문 닦아주시고, 매주 침대 커버를 바꿔 주세요.

② 비용 묻기

Lương thì chị _____ thế nào ạ?

급여는 어떻게 계산하시나요?

Thường thì tôi làm 1 giờ _____.
Một ngày cuối tuần, mỗi ngày làm 4 tiếng thì _____ là 800 nghìn.

보통 한 시간에 5만 동이에요. 주말에 한 번, 하루 4시간이면 한 달에 80만 동이에요.

Ok chị. Thế _____ chị đi làm luôn nhé.

네. 그럼 다음주부터 바로 출근해 주세요.

다음 제시된 문제를 풀어보며 실력을 다지세요.

🎧 Track 02-03

1 녹음을 들으며 빈칸을 채워 보세요.

❶ Tôi là Mai, tôi _____ anh Kim _____ đến đây.

❷ Chị có thể làm _____ không?

❸ Tôi có thể _____ một vài _____ đấy.

2 다음 문장에 알맞은 단어를 고르세요.

❶ Mời (vào chị / chị vào) nhà.
안으로 들어오세요.

❷ Tôi đang cần người giúp việc nên (nhờ / nhớ) anh Kim giới thiệu.
가사도우미 필요해서 김 사장님에게 추천 부탁했어요.

❸ Tôi làm việc này hơn (10 năm / năm 10) rồi.
이 일은 10년 이상 했어요.

3 제시된 한국어를 참고하여 주어진 단어를 어순에 맞게 배열하세요.

❶ nhiều   đã   khác   ở   nữa   làm   tôi   nhà

_____

저는 많은 데서 일했어요.

❷ cuối tuần   ít   ở   nhà   vào   lắm   tôi

_____

제가 주말에 집에 별로 없어서요.

❸ thì   thế nào   tính   chị   lương

_____

급여는 어떻게 계산하시나요?

1 학습 목표

❶ 심카드를 구입할 수 있다.

❷ 심카드 충전을 요청할 수 있다.

2 단어 알아보기

Track 03-01

단어	뜻	단어	뜻
mà	관계대명사	sẵn	이미 있는, 준비된
số	번호, 숫자	để	~하기 위해서
đẹp	좋은, 예쁜, 아름다운	nạp	충전하다
theo	~(을)를 따라	đăng ký	등록하다
năm sinh	생년	gói cước	요금제
mạng	인터넷	sử dụng	사용하다
tìm	찾다	thẻ	카드
đọc	읽다	đưa	건네다
liền kề	인접한		

🎧 Track 03-02

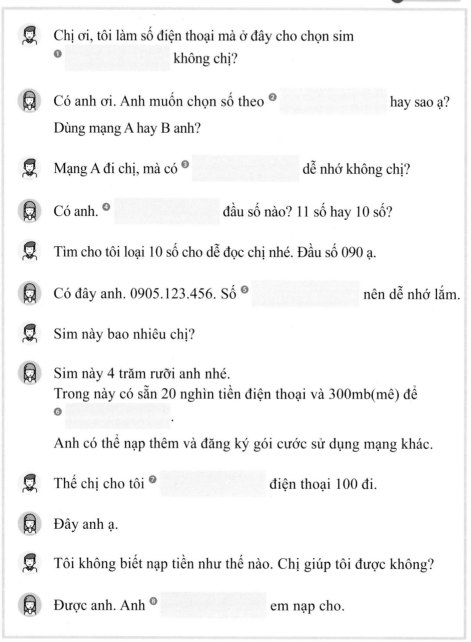

👤 Chị ơi, tôi làm số điện thoại mà ở đây cho chọn sim
❶ _____ không chị?

👩 Có anh ơi. Anh muốn chọn số theo ❷ _____ hay sao ạ?
Dùng mạng A hay B anh?

👤 Mạng A đi chị, mà có ❸ _____ dễ nhớ không chị?

👩 Có anh. ❹ _____ đầu số nào? 11 số hay 10 số?

👤 Tìm cho tôi loại 10 số cho dễ đọc chị nhé. Đầu số 090 ạ.

👩 Có đây anh. 0905.123.456. Số ❺ _____ nên dễ nhớ lắm.

👤 Sim này bao nhiêu chị?

👩 Sim này 4 trăm rưỡi anh nhé.
Trong này có sẵn 20 nghìn tiền điện thoại và 300mb(mê) để
❻ _____ .

Anh có thể nạp thêm và đăng ký gói cước sử dụng mạng khác.

👤 Thế chị cho tôi ❼ _____ điện thoại 100 đi.

👩 Đây anh ạ.

👤 Tôi không biết nạp tiền như thế nào. Chị giúp tôi được không?

👩 Được anh. Anh ❽ _____ em nạp cho.

듣기 대본 132쪽

1 보기의 단어 중 빈칸에 알맞은 단어를 넣어 문장을 완성하세요.

> | 보기 | dùng | nạp | đầu |
> |------|------|-----|-----|

❶ _____ mạng A hay B anh?

A 통신사 쓰세요, B 통신사 쓰세요?

❷ Anh muốn _____ số nào?

어떤 앞자리 원하세요?

❸ Anh đưa em _____ cho.

저한테 주시면 충전해 드릴게요.

2 내용이 맞으면 O, 틀리면 X를 표시하세요.

❶ Anh ấy muốn chọn số theo năm sinh.   (   )

❷ Nếu mua sim thì anh ấy có thể sử dụng lên mạng.   (   )

❸ Anh ấy không biết nạp tiền như thế nào.   (   )

3 다음 질문에 알맞은 대답을 베트남어로 써 보세요.

❶ 남자는 휴대 전화 앞자리로 어떤 숫자를 원하나요?

_____

❷ 직원이 0905.123.456 번호를 추천한 이유는 무엇인가요?

_____

❸ 남자는 얼마짜리 선불 충전카드를 구입했나요?

_____

5 핵심 표현 이해하기　회화 속 핵심 표현을 익혀보세요.

1

> ## Anh muốn chọn số theo năm sinh hay sao ạ?
> 생년으로 번호를 선택하고 싶으신 건가요?

📖 '~hay sao?'는 '~인가요?'라는 의미로 앞의 내용을 확인하는 표현입니다.

Bạn đi một mình hay sao?　　　　혼자 가는 건가요?

Bạn không mua cái này hay sao?　이거 안 사는 건가요?

2

> ## Anh có thể nạp thêm và đăng ký gói cước sử dụng mạng khác.
> 추가로 충전하실 수 있고, 다른 데이터 요금제로 신청하실 수 있어요.

📖 '추가하다, 더하다'라는 의미의 'thêm'이 동사 뒤에 붙어 '동사 + thêm'의 형태로 쓰면 '추가로 ~하다'라는 의미입니다.

Tôi luôn luôn sử dụng thêm mạng.　나는 항상 데이터를 추가로 사용해요.

Khi uống cà phê, tôi thường uống 　커피를 마실 때, 나는 보통 물을 추가해서 마셔요.
thêm nước uống.

3

> ## Tôi không biết nạp tiền như thế nào.
> 어떻게 충전하는지 모르겠어요.

📖 '모른다'라는 의미의 'không biết'과 '어떻게'라는 의미의 'như thế nào'가 합쳐져 'không biết ~ như thế nào?' 표현은 '어떻게 ~하는지 모르겠어요'라는 의미입니다.

Tôi không biết sử dụng điện thoại này 　나는 어떻게 이 전화기를 사용하는지 모르
như thế nào.　　　　　　　　　　　겠어요.

Tôi không biết lái xe như thế nào.　나는 어떻게 운전하는지 모르겠어요.

단어 **lái xe** 운전하다

① 심카드 구입하기

👱 Chị ơi, tôi _____ số điện thoại

mà _____ cho chọn sim số đẹp

không chị?

저기요, 휴대 전화 번호 만드려고 하는데 여기서 좋은 번호 선택할 수 있나요?

👩 Có anh ơi. Anh _____ số theo năm sinh hay sao ạ?

네, 있죠. 생년으로 번호를 선택하고 싶으신 건가요?

👱 _____ chị, mà có số nào dễ nhớ không chị?

A 통신사로 할게요. 그런데 기억하기 쉬운 번호 있을까요?

👩 Có anh.

있어요.

② 심카드 충전 요청하기

👱 Chị _____ 1 thẻ điện thoại 100 đi.

10만 동짜리 선불 충전카드 하나 주세요.

👩 Đây anh ạ.

여기요.

👱 Tôi _____ nạp tiền như thế nào. Chị giúp tôi

được không?

어떻게 충전하는지 모르겠어요. 도와주실 수 있나요?

👩 Được anh. Anh đưa em nạp cho.

네. 저한테 주시면 충전해 드릴게요.

🎧 Track 03-03

1 녹음을 들으며 빈칸을 채워 보세요.

❶   Anh muốn chọn số theo _____ hay sao ạ?

❷   Trong này có _____ 20 nghìn _____ và 300mb(mê) để lên mạng.

❸   Anh có thể _____ và đăng ký _____ sử dụng mạng khác.

2 다음 문장에 알맞은 단어를 고르세요.

❶   Có số nào (dễ nhớ / nhớ dễ) không chị?
기억하기 쉬운 번호 있을까요?

❷   Số (liền kề / liền tay) nên dễ nhớ lắm.
붙어있는 번호니까 쉽게 기억하실 거예요.

❸   Sim này 4 trăm (lưỡi / rưỡi) anh nhé.
이 번호는 45만 동이에요.

3 제시된 한국어를 참고하여 주어진 단어를 어순에 맞게 배열하세요.

❶   nạp tiền   không   như thế nào   biết   tôi

   _____

   저는 어떻게 충전하는지 모르겠어요.

❷   được không   giúp   tôi   chị

   _____

   저를 도와주실 수 있나요?

❸   nạp   anh   em   cho   đưa

   _____

   저한테 주시면 충전해 드릴게요.

휴대 전화 가게 2

① 학습 목표

❶ 휴대 전화의 문제점을 설명할 수 있다.

❷ 휴대 전화 수리 시 추가 요청을 할 수 있다.

② 단어 알아보기

🎧 Track 04-01

단어	뜻	단어	뜻
rơi xuống	떨어지다	nặng	심각한, 심한
nước	물	sau	~뒤에
bật lên	켜다	màn hình	화면
lúc	때	dán	붙이다
để ý	신경쓰다, 주의하다	cường lực	강력
sợ	걱정하다	dự kiến	예상, 예견
hỏng	고장나다	linh kiện	부품
mới + 서술어	비로소 ~하다		

🎧 Track 04-02

Ở đây có ❶ ▨▨▨▨▨ điện thoại không?

Vâng. Điện thoại của chị ❷ ▨▨▨▨▨ thế ạ?

Hôm qua bị ❸ ▨▨▨▨▨ nước nên giờ không bật lên được anh ạ?

Rơi xuống nước lâu không chị?

Lúc bị rơi thì tôi không để ý nên ❹ ▨▨▨▨▨ nữa. Chắc cũng hơn 5 phút anh ạ.

Thế để em xem thử sao. Rơi lâu thế sợ hỏng ❺ ▨▨▨▨▨ rồi đấy. Khoảng ▨▨▨▨▨ chị quay lại lấy nhé.

Vâng. À, sửa được thì anh thay màn hình và ❻ ▨▨▨▨▨ cường lực mới cho tôi nhé.
Hết bao nhiêu anh?

Thay ❼ ▨▨▨▨▨ là 600 còn dán cường lực là 100 rưỡi.
Sửa máy bị rơi xuống nước thì giá dự kiến là 300 đến 500.
Nếu phải thay linh kiện thì sẽ nhiều hơn.
Cái này phải ▨▨▨▨▨ thì mới biết được chị ạ.

Ok anh, thế 3 ngày sau tôi ❽ ▨▨▨▨▨ nhé.

듣기 대본 133쪽

4 **내용 확인 하기**   앞에 제시된 내용을 잘 생각하며 다음 문제를 풀어보세요.

1 보기의 단어 중 빈칸에 알맞은 단어를 넣어 문장을 완성하세요.

> 보기   **xong**   **xem**   **điện thoại**

❶ Ở đây có sửa _____ không?
여기 휴대 전화 수리하나요?

❷ Thế để em _____ thử sao.
그럼 제가 한번 볼게요.

❸ Cái này phải sửa _____ thì mới biết được chị ạ.
수리를 다 마쳐야 알 수 있어요.

2 내용이 맞으면 O, 틀리면 X를 표시하세요.

❶ Điện thoại của chị ấy không bật lên được.   (   )

❷ Anh ấy nghĩ là điện thoại bị hỏng nặng rồi.   (   )

❸ Nếu phải thay linh kiện thì giá sửa sẽ đắt hơn.   (   )

3 다음 질문에 알맞은 대답을 베트남어로 써 보세요.

❶ 왜 여자의 휴대 전화가 고장났나요?

_____

❷ 언제 여자는 휴대 전화를 찾으러 가나요?

_____

❸ 여자는 휴대 전화 수리 외에 추가로 요청한 것은 무엇인가요?

_____

1

> ### Rơi xuống nước lâu không chị?
> 물에 오랫동안 떨어져 있었나요?

📖 '오랜'이라는 의미의 'lâu' 뒤에 의문사 'không'이 합쳐진 표현으로 '~lâu không?'은 '오랫동안 ~해요?'라는 의미입니다.

Có thể nghỉ ở đó lâu không?	거기에서 오래 쉴 수 있어요?
Anh ấy khóc lâu không?	그는 오랫동안 울었나요?

2

> ### Lúc bị rơi thì tôi không để ý nên không biết chắc nữa.
> 떨어질 때 몰라서 잘 모르겠어요.

📖 '모르다'라는 의미의 'không biết, 확실히'라는 의미의 'chắc, 더'라는 의미의 'nữa'가 합쳐져 '~(을)를 확실히 잘 모르겠다'의 표현이 됩니다.

Tôi cũng không biết chắc nữa.	나도 확실히 잘 모르겠어요.
Bạn cũng không biết chắc nữa à?	당신은 잘 모르나요?

3

> ### Chắc cũng hơn 5 phút anh ạ.
> 아마 5분 정도 된 것 같아요.

📖 'hơn'이 숫자와 결합하여 쓰이면 '~이상'이라는 의미가 됩니다.

Tôi không nói chuyện với anh ấy hơn 3 ngày rồi.	나는 그와 얘기 안한지 3일 이상 됐어요.
Tôi bị cảm hơn 2 tuần rồi.	나는 감기에 걸린 지 2주 이상 됐어요.

단어 **khóc** 울다

그림을 보고 주어진 대화를 완성해 보세요.

---

1 휴대 전화의 문제점 설명하기

👩 Hôm qua bị rơi xuống nước nên giờ
_____ được anh ạ.

어제 물에 떨어뜨렸는데 지금 켜지지 않아요.

👨 _____ lâu không chị?

물에 오랫동안 떨어져 있었나요?

👩 Chắc cũng _____ 5 phút anh ạ.

아마 5분 정도 된 것 같아요.

👨 Thế để em _____ sao.

그럼 제가 한번 볼게요.

---

2 휴대 전화 수리 시 추가 요청하기

👩 Sửa được thì anh thay màn hình và dán cường

lực mới cho tôi nhé. Hết bao nhiêu anh?

수리되면 화면 교체랑 강화 필름도 붙여주세요. 총 얼마예요?

👨 Thay màn hình là 600 còn dán cường lực là 100 rưỡi.

Sửa máy bị rơi xuống nước thì _____ là 300 đến 500.

Cái này phải sửa xong thì _____ chị ạ.

화면 교체는 60만 동, 강화 유리는 15만 동이에요. 예상 수리 비용은 30만동에서 50만 동 정도 될 것
같아요. 수리를 다 마쳐야 알 수 있어요.

👩 Ok anh, thế _____ tôi quay lại nhé.

네, 그럼 3일 후에 다시 올게요.

다음 제시된 문제를 풀어보며 실력을 다지세요.

🎧 Track 04-03

1 녹음을 들으며 빈칸을 채워 보세요.

❶ Lúc _____ thì tôi không để ý nên không biết chắc nữa.

❷ Thay _____ là 600 còn dán cường lực là _____.

❸ Cái này phải _____ thì mới biết được chị ạ.

2 다음 문장에 알맞은 단어를 고르세요.

❶ Ở đây có (sữa / sửa) điện thoại không?
여기 휴대 전화 수리하나요?

❷ Hôm qua (bị / được) rơi xuống nước.
어제 물에 떨어뜨렸어요.

❸ Rơi lâu thế sợ hỏng (nặng / nhẹ) rồi đấy.
오래 떨어져 있어서 심하게 고장날 수 있어요.

3 제시된 한국어를 참고하여 주어진 단어를 어순에 맞게 배열하세요.

❶ thế   của   bị   gì   điện thoại   chị

_____

당신 휴대 전화에 어떤 문제가 있나요?

❷ lấy   khoảng   quay lại   sau   chị   nhé   3 ngày

_____

약 3일 후에 다시 오세요.

❸ linh kiện   phải   nhiều   thay   thì   sẽ   hơn   nếu

_____

만약 부품을 교체해야 하면 비용이 더 나올 거예요.

1 학습 목표

❶ 환율을 물어볼 수 있다.

❷ 원하는 액수의 화폐를 요청할 수 있다.

2 단어 알아보기

🎧 Track 05-01

단어	뜻	단어	뜻
đổi tiền	환전하다	tỷ giá	환율
đổi ~ sang	~(으)로 바꾸다	tiền lẻ	작은 돈
Việt	베트남	tiền chẵn	큰 돈
đô la	달러		

Track 05-02

Chị ơi. ❶ _____ đổi tiền được không ạ?

❷ _____ . Anh muốn đổi tiền gì?

Tôi muốn đổi 200 đô sang ❸ _____ .
Tỷ giá bao nhiêu thế chị?

Vâng, 1 đô là 23 nghìn anh ạ.
Anh đổi 200 đô là ❹ _____ anh nhé.

Ok chị. Cho tôi ❺ _____ nữa nhé.

Vâng ạ. À, anh ❻ _____ tiền lẻ hay tiền chẵn?

Cho tôi tiền chẵn mà loại 50 ❼ _____ chị nhé.

Vâng. ❽ _____ ạ.

듣기 대본 134쪽

앞에 제시된 내용을 잘 생각하며 다음 문제를 풀어보세요.

1 보기의 단어 중 빈칸에 알맞은 단어를 넣어 문장을 완성하세요.

보기	tỷ giá	đổi tiền	tiền lẻ

❶ Ở đây có _____ được không ạ?

여기서 환전할 수 있나요?

❷ _____ bao nhiêu thế chị?

환율이 어떻게 되나요?

❸ À, anh muốn lấy _____ hay tiền chẵn?

아, 작은 돈으로 드릴까요, 큰 돈으로 드릴까요?

2 내용이 맞으면 O, 틀리면 X를 표시하세요.

❶ Anh ấy đang có tiền đô la.　　　　　　　(　　)

❷ Anh ấy muốn đổi 300 đô la.　　　　　　(　　)

❸ Anh ấy muốn nhận hóa đơn.　　　　　　(　　)

3 다음 질문에 알맞은 대답을 베트남어로 써 보세요.

❶ 남자는 달러를 어떤 화폐로 바꾸기를 원하나요?

_____

❷ 1달러 당 환율이 얼마인가요?

_____

❸ 남자는 큰 돈을 원하나요? 작은 돈을 원하나요?

_____

1

Ở đây **có đổi tiền** được không **ạ?**
여기서 환전할 수 있나요?

📖 '여기에'를 뜻하는 'ở đây'와 가능을 묻는 표현인 '~được không?'이 합쳐져 '여기에서 ~할 수 있어요?'라는 의미가 됩니다.

Ở đây **mang về** được không?	여기는 테이크아웃을 할 수 있나요?
Ở đây **giữ hành lý** được không?	여기는 짐을 보관해 주나요?

2

Cho tôi **hóa đơn** nữa nhé.
영수증도 주세요.

📖 '주다'를 뜻하는 'cho', 나를 가리키는 'tôi, 더'를 뜻하는 'nữa' 그리고 문장 끝에서 청유를 표현하는 'nhé'가 합쳐져 'cho tôi + 명사 + nữa nhé' 표현은 '저에게 ~도 주세요'라는 의미입니다.

Cho tôi **phong bì** nữa nhé.	봉투도 주세요.
Cho tôi **gạt tàn thuốc** nữa nhé.	재떨이도 주세요.

3

À, anh muốn lấy **tiền lẻ** hay **tiền chẵn?**
아, 작은 돈으로 드릴까요, 큰 돈으로 드릴까요?

📖 'A hay B?' 표현은 선택 의문문으로, 'A야, 아니면 B야?'라는 의미입니다.

Bạn muốn **đổi tiền** ở đây hay ở nơi khác?	당신은 지금 여기서 환전하고 싶어요, 아니면 다른 곳에서 환전하고 싶어요?
Bạn muốn **gọi món** này hay món khác?	당신은 이 음식을 주문하고 싶어요, 아니면 다른 음식을 주문하고 싶어요?

단어 **gạt tàn thuốc** 재떨이

6 보고 말하기 그림을 보고 주어진 대화를 완성해 보세요.

1 환율 물어보기

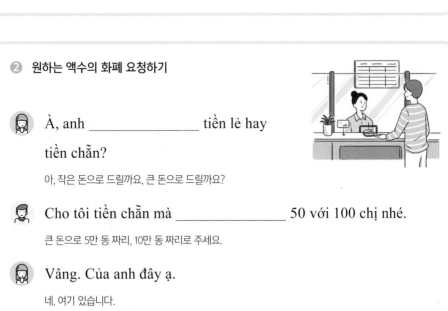

Chị ơi. Ở đây có đổi tiền _____ ạ?

저기요. 여기서 환전할 수 있나요?

Có anh. Anh muốn đổi _____ gì?

네 손님. 어떻게 바꾸시겠어요?

Tôi muốn đổi _____ sang tiền Việt.

_____ bao nhiêu thế chị?

200불을 베트남 돈으로 바꾸고 싶은데요.

환율이 어떻게 되나요?

Vâng, 1 đô là _____ anh ạ.

네, 1 달러당 2만 3천 동이에요.

2 원하는 액수의 화폐 요청하기

À, anh _____ tiền lẻ hay

tiền chẵn?

아, 작은 돈으로 드릴까요, 큰 돈으로 드릴까요?

Cho tôi tiền chẵn mà _____ 50 với 100 chị nhé.

큰 돈으로 5만 동 짜리, 10만 동 짜리로 주세요.

Vâng. Của anh đây ạ.

네, 여기 있습니다.

🎧 Track 05-03

1 녹음을 들으며 빈칸을 채워 보세요.

❶ Anh muốn đổi _____?

❷ Anh đổi _____ là 4 triệu 6 anh nhé.

❸ Cho tôi _____ mà loại 50 với 100 chị nhé.

2 다음 문장에 알맞은 단어를 고르세요.

❶ Ở đây có (đổi tiền / tiền đổi) được không ạ?
여기서 환전할 수 있나요?

❷ Tôi muốn đổi 200 đô (sáng / sang) tiền Việt.
200불을 베트남 돈으로 바꾸고 싶은데요.

❸ (Của anh / Anh của) đây ạ.
여기 있습니다.

3 제시된 한국어를 참고하여 주어진 단어를 어순에 맞게 배열하세요.

❶ thế   tỷ giá   chị   bao nhiêu

_____

환율이 어떻게 되나요?

❷ là   23 nghìn   1 đô   anh

_____

1달러당 2만 3천 동이에요.

❸ hóa đơn   tôi   cho   nhé   nữa

_____

영수증도 주세요.

환전 2

1 학습 목표

❶ 호텔에 환전 서비스가 있는지 물어볼 수 있다.

❷ 환전 금액을 말할 수 있다.

2 단어 알아보기

🎧 Track 06-01

단어	뜻	단어	뜻
dịch vụ	서비스	thấp	낮은
bao nhiêu	얼마, 얼마나	gửi	전하다
đô	달러	phiếu đổi tiền	환전 영수증
phí đổi tiền	환전 수수료	xác nhận	확인하다
đồng ý	동의하다	동사 + lại	다시 ~하다

🎧 Track 06-02

Chào chị. Khách sạn mình có **❶** _____ đổi tiền không ạ?

Vâng, có anh ạ. Anh **❷** _____ đổi bao nhiêu ạ?

Tôi cần đổi **❸** _____ .

Vâng ạ. Tỷ giá bên em lấy cho 1 đô là 22.500, **❹** _____

là 100 nghìn cho 100 đô. Anh _____ không ạ?

Tỷ giá **❺** _____ nhỉ? Thế chị đổi cho tôi 200 thôi nhé.

Cho tôi tờ 100 và 200 nhé.

Vâng. Đổi 200 đô thì anh nhận được **❻** _____ đồng.

Em gửi anh tiền và phiếu đổi tiền.

Anh xác nhận lại **❼** _____ anh nhé.

Ok chị. **❽** _____ nhé.

듣기 대본 135쪽

1 보기의 단어 중 빈칸에 알맞은 단어를 넣어 문장을 완성하세요.

> | 보기 | **đồng ý** | **xác nhận** | **đổi tiền** |
> | --- | --- | --- | --- |

❶ Khách sạn mình có dịch vụ _____ không ạ?
호텔에 환전 서비스가 있나요?

❷ Anh _____ không ạ?
동의하시겠습니까?

❸ Anh _____ lại giúp em anh nhé.
다시 확인 부탁드립니다.

2 내용이 맞으면 O, 틀리면 X를 표시하세요.

❶ Anh ấy đang ở tiệm đổi tiền.   (   )

❷ Anh ấy muốn đổi đô la.   (   )

❸ Anh ấy đổi 200 đô la thôi.   (   )

3 다음 질문에 알맞은 대답을 베트남어로 써 보세요.

❶ 남자는 호텔 리셉션에 무엇을 하러 왔나요?

_____

❷ 환전 수수료는 얼마인가요?

_____

❸ 왜 남자는 200달러만 환전하나요?

_____

1

> # Tỷ giá hơi thấp nhỉ?
> 환율이 좀 낮네요?

📖 문장 끝에 'nhỉ'를 붙여 상대방에게 '~하지 않나요?, ~하네요?'와 같은 동의, 동조를 구하는 표현으로 사용할 수 있습니다.

Khách sạn này sang trọng nhỉ?	이 호텔 고급스럽지 않나요?
Văn phòng này nhỏ nhỉ?	이 사무실 너무 작지 않아요?

2

> # Cho tôi tờ 100 và 200 nhé.
> 10만 동 짜리와 20만 동 짜리로 주세요.

📖 'tờ'는 종이에 붙이는 종별사로 본문에서는 베트남의 돈(화폐)을 나타내는 의미로 사용 되었습니다.

Tờ tiền này cũ rồi.	이 돈은 낡았어요.
Cho tôi 2 tờ 100 nghìn đồng nhé.	나에게 10만 동짜리 두 장을 주세요.

3

> # Em gửi anh tiền và phiếu đổi tiền.
> 돈과 환전 영수증 드립니다.

📖 'gửi'는 '보내다'라는 뜻으로 'gửi + A + B' 표현은 'A에게 B를 보내다(전하다, 전달하다)'라는 의미가 됩니다.

Bạn muốn gửi anh ấy cái gì?	당신은 그에게 무엇을 보내고 싶어요?
Tôi muốn gửi công ty ABC bưu phẩm này.	나는 ABC 회사에 이 우편물을 보내고 싶어요.

단어 **sang trọng** 고급스러운 | **văn phòng** 사무실 | **bưu phẩm** 우편물

6 보고 말하기   그림을 보고 주어진 대화를 완성해 보세요.

---

1 호텔에 환전 서비스가 있는지 물어보기

👤 Chào chị. _____ mình

có dịch vụ đổi tiền không ạ?

안녕하세요. 호텔에 환전 서비스가 있나요?

👩 Vâng, có anh ạ. Anh cần đổi _____ ạ?

네, 있습니다. 얼마 환전하시나요, 손님?

👤 _____ đổi 400 đô.

400불 환전할게요.

---

2 환전 금액 말하기

👤 Tỷ giá hơi thấp nhỉ?

Thế chị _____ 200 thôi nhé.

환율이 좀 낮네요? 그럼 200불만 바꿔주세요.

👩 Vâng. Đổi 200 đô thì anh _____ 4.300.000 đồng.

Em gửi anh tiền và _____.

Anh xác nhận lại giúp em anh nhé.

네. 200불 환전하시면 4천 3십만 동입니다.
돈과 환전 영수증 드립니다.
다시 확인 부탁드립니다.

🎧 Track 06-03

1 녹음을 들으며 빈칸을 채워 보세요.

❶ Anh _____ bao nhiêu ạ?

❷ Đổi 200 đô thì anh _____ được 4.300.000 đồng.

❸ Anh _____ lại giúp em anh nhé.

2 다음 문장에 알맞은 단어를 고르세요.

❶ Tỷ giá (hơi thấp / thấp hơi) nhỉ?
환율이 좀 낮네요?

❷ Cho tôi (tờ / to)100 và 200 nhé.
10만 동 짜리와 20만 동 짜리로 주세요.

❸ Em (gọi / gửi) anh tiền và phiếu đổi tiền.
돈과 환전 영수증 드립니다.

3 제시된 한국어를 참고하여 주어진 단어를 어순에 맞게 배열하세요.

❶ đổi   tôi   400 đô   cần

_____

400불 환전할게요.

❷ bên   1 đô   tỷ giá   em   cho   là   22.500   lấy

_____

저희 호텔 환율은 1달러에 22,500동입니다.

❸ thôi   cho   thế   chị   tôi   200   nhé   đổi

_____

그럼 200불만 바꿔주세요.

1 학습 목표

❶ 판매 물품의 가격을 물어볼 수 있다.

❷ 가격을 흥정할 수 있다.

2 단어 알아보기

🎧 Track 07-01

단어	뜻	단어	뜻
mua	사다	bán	팔다
hoa quả	과일	cân	kg
đi (문미에 사용)	~해라, 하자 (가벼운 명령, 권유)	đắt	비싼
chứ	당연히 ~하다	rẻ	저렴한
bên trái	왼쪽	bớt	깎다
măng cụt	망고스틴	vốn là	원래
quả = trái	개 (과일의 종별사)		

🎧 Track 07-02

👩 Anh ơi! Mua ❶ _____ đi!

👨 Có xoài không chị?

👩 Có chứ ạ. Xoài ở bên trái ❷ _____ anh đó.
Em còn _____ hoa quả lắm, anh cứ xem thử đi.

👨 Đây là quả gì thế chị?

👩 Măng cụt đó anh. Em ❸ _____ 1 trái cho anh ăn thử nhé.

👨 Ôi, ❹ _____! Măng cụt bán thế nào chị?

👩 100 nghìn 1 cân anh ạ.

👨 Đắt quá! Chị để ❺ _____ cho tôi đi.

👩 Anh mua ❻ _____ không? Nếu anh mua nhiều thì em
bớt cho anh.

👨 Tôi định mua ❼ _____ xoài và
măng cụt.

👩 Xoài ❽ _____ 40 nghìn 1 cân nhưng em chỉ lấy anh
30 nghìn thôi.
4 cân xoài và 2 cân măng cụt là 320 anh nhé.

👨 Vâng, cho tôi gửi nhé.

듣기 대본 136쪽

1 보기의 단어 중 빈칸에 알맞은 단어를 넣어 문장을 완성하세요.

> 보기　　　　　**xoài**　　　　**bán**　　　　**quả**

❶　Có _____ không chị?
　　망고 있나요?

❷　Đây là _____ gì thế chị?
　　이건 무슨 과일이에요?

❸　Măng cụt _____ thế nào chị?
　　망고스틴 어떻게 팔아요?

2 내용이 맞으면 O, 틀리면 X를 표시하세요.

❶　Anh ấy muốn mua hoa quả.　　　　　　　(　　　)

❷　Anh ấy thấy măng cụt này rất là ngon.　　(　　　)

❸　Anh ấy sẽ mua 4 cân xoài và 2 cân măng cụt.　(　　　)

3 다음 질문에 알맞은 대답을 베트남어로 써 보세요.

상인은 손님에게 어떻게 하면 할인을 해준다고 했나요?

❶　_____

남자는 어떤 과일을 사기로 했나요?

❷　_____

남자는 총 얼마를 지불해야 하나요?

❸　_____

1

> ## Mua hoa quả đi!
> 과일 사세요!

📖 'đi'는 문장 끝에 붙여 '~해라, ~하자'의 가벼운 명령을 나타내는 표현입니다.

Bạn giảm giá đi!   깎아주세요!

Bạn nghỉ thoải mái đi!   편하게 쉬세요!

2

> ## Anh cứ xem thử đi.
> 천천히 보세요.

📖 '동사 + thử'는 '한번 ~해보다'라는 의미로 어떤 일을 시도할 때 사용하는 표현입니다.

Bạn ăn thử đi!   한번 먹어 봐요!

Tôi uống thử cái này được không?   이거 한번 마셔봐도 돼요?

3

> ## Đây là quả gì thế chị?
> 이건 무슨 과일이에요?

📖 의문사 뒤에 오는 'thế'는 의문사를 강조하는 역할을 하며 생략하여 쓸 수 있습니다.

Bạn đang tìm gì thế?   뭘 찾고 있는 중이에요?

Bạn đã đợi tôi ở đâu thế?   당신은 나를 어디에서 기다렸어요?

단어 **giảm giá** 가격을 깎다 | **thoải mái** 편안한

그림을 보고 주어진 대화를 완성해 보세요.

---

1 가격 묻기

👤 _____ quả gì thế chị?

이건 무슨 과일이에요?

👩 Măng cụt đó anh. Em lấy 1 trái cho anh _____ nhé.

망고스틴이에요. 하나 먹어볼래요?

👤 Ôi, ngon thế! Măng cụt _____ chị?

오, 맛있네요! 망고스틴 어떻게 팔아요?

👩 100 nghìn _____ anh ạ.

1kg에 10만 동이에요.

---

2 가격 흥정하기

👤 Đắt quá! Chị _____ rẻ

cho _____ đi.

너무 비싸요! 좀 싸게 해주세요.

👩 Nếu anh _____ thì em bớt cho anh.

많이 사시면 깎아 드릴게요.

👤 Tôi _____ 4 cân xoài và 2 cân măng cụt.

망고 4kg랑 망고스틴 2kg 살게요.

👩 Xoài vốn là _____ nhưng em chỉ lấy anh

_____ thôi.

망고는 원래 1kg에 4만 동인데 3만 동으로 해드릴게요.

🎧 Track 07-03

1 녹음을 들으며 빈칸을 채워 보세요.

❶ Anh _____! _____ hoa quả đi!

❷ Chị để _____ cho _____ đi.

❸ _____ xoài và 2 cân măng cụt là _____ anh nhé.

2 다음 문장에 알맞은 단어를 고르세요.

❶ Em còn (nhiều loại / loại nhiều) hoa quả lắm.
다양한 과일이 많아요.

❷ Em lấy 1 trái cho anh (thử ăn / ăn thử) nhé.
하나 먹어볼래요?

❸ (đặc / đắt) quá!
너무 비싸요!

3 제시된 한국어를 참고하여 주어진 단어를 어순에 맞게 배열하세요.

❶ bán   chị   măng cụt   thế nào

_____

망고스틴 어떻게 팔아요?

❷ anh   gì   nữa   mua   không   thêm

_____

더 사실 거 있으세요?

❸ bớt   em   anh   cho

_____

깎아 드릴게요.

Chapter 08 옷가게

① 학습 목표

❶ 가격 흥정을 할 수 있다.

❷ 거절의 표현을 말할 수 있다.

② 단어 알아보기

🎧 Track 08-01

단어	뜻	단어	뜻
mẫu	모델	mặc	입다
nhập về	들여오다	chợ	시장
kiểu	스타일	hoài	자주, 항상
áo	옷	để	~하게 해주다
mùa	계절, 시즌	bán lỗ	손해보고 팔다
đúng giá	정가의	không ~ đâu	전혀 ~하지 않다 (부정을 강조하는 말, 주로 현재나 미래를 말할 때 사용)

🎧 Track 08-02

👩 Anh cần tìm gì ạ?

👨 Dạ không, tôi chỉ ❶ _____ thôi ạ.

👩 Vâng. Đây là mẫu shop em mới ❷ _____ về.
Kiểu áo này đang là hot trend _____ đấy ạ.

👨 Cái này bao nhiêu tiền chị?

👩 650 nghìn anh ạ.

👨 Áo này mà 6 trăm rưỡi thì đắt quá. Chị ❸ _____
một chút được không?

👩 Shop em bán ❹ _____ anh ạ.
Anh có muốn mặc thử không anh?
Có màu khác nữa đấy.

👨 Dạ thôi, chị bớt đi thì tôi mới mua. ❺ _____ bán rẻ
hơn, tôi đi chợ hoài tôi biết mà.

👩 Thế anh muốn bao nhiêu anh?

👨 Chị để tôi ❻ _____ đi.

👩 Không được anh ạ. Em chỉ có thể bớt 50 nghìn thôi.
600 là em ❼ _____ cho anh đấy, người khác em không
để giá như này đâu.

👨 Thế thôi ạ. 600 nghìn vẫn đắt quá, tôi ❽ _____ đâu.

듣기 대본 137쪽

1 보기의 단어 중 빈칸에 알맞은 단어를 넣어 문장을 완성하세요.

보기	bớt	mặc	tìm

❶ Anh cần _____ gì ạ?
무엇을 찾고 계세요?

❷ Chị _____ một chút được không?
조금 깎아줄 수 있나요?

❸ Anh có muốn _____ thử không anh?
입어보실래요?

2 내용이 맞으면 O, 틀리면 X를 표시하세요.

❶ Anh ấy đang tìm áo sơ mi.   (   )

❷ Anh ấy thấy giá áo đang xem không rẻ.   (   )

❸ Anh ấy định mua áo này.   (   )

3 다음 질문에 알맞은 대답을 베트남어로 써 보세요.

❶ 직원이 남자에게 추천한 옷은 어떤 것인가요?

_____

❷ 왜 직원은 할인이 어렵다고 말했나요?

_____

❸ 남자는 무엇을 자주 하기에 이 상점의 옷이 비싸다고 생각하나요?

_____

1

Tôi chỉ xem thử thôi ạ.
그냥 보는 거예요.

📖 'chỉ ~ thôi'는 '단지 ~일 뿐이다'라는 의미로, 'chỉ'와 'thôi' 중 하나를 생략하여 사용할 수 있습니다.

Tôi chỉ muốn mua áo này thôi.   나는 이 옷만 사고 싶을 뿐이에요.

Tôi chỉ có áo màu trắng thôi.   나는 흰색 옷 밖에 없어요.

2

Đây là mẫu shop em mới nhập về.
이거 저희 스토어에 막 들어온 모델이에요.

📖 'mới'는 근접 과거 시제를 나타내는 표현으로 '막 ~했다'라는 의미입니다.

Hôm qua anh ấy mới sang Hàn Quốc.   어제 그는 막 한국으로 갔어요.

Mới nhận rồi nên tôi chưa biết.   막 받아서 나는 몰라요.

3

Chị bớt đi thì tôi mới mua.
깎아주셔야 살 거예요.

📖 'mới'는 '비로소 ~하다'라는 의미입니다. 위에서 살펴본 근접 과거 시제와 잘 구분하여 사용해야 합니다.

Tắm thì tôi mới ngủ được.   샤워를 해야 나는 비로소 잘 수 있어요.

Bạn đi đường này mới có thể thấy tiệm đó.   이 길로 가야 비로소 당신은 그 가게를 볼 수 있어요.

단어 sang + 국가 ~에 가다

그림을 보고 주어진 대화를 완성해 보세요.

① 가격 흥정하기

👦 _____ bao nhiêu tiền chị?

이거 얼마예요?

👩 650 nghìn anh ạ.

65만 동이에요.

👦 Áo này mà 6 trăm rưỡi thì _____.

Chị bớt một chút được không?

이 옷이 65만 동이면 너무 비싸네요.
조금 깎아줄 수 있나요?

👩 Shop em bán đúng giá anh ạ.

저희 스토어는 정가로 판매하고 있어요.

② 거절 표현하기

👦 Chị _____ thì tôi mới mua.

Chị để tôi 500 nghìn đi.

깎아주셔야 살 거예요.
50만 동으로 해주세요.

👩 Không được anh ạ. Em chỉ _____ 50 nghìn thôi.

안돼요. 5만 동만 깎아드릴 수 있어요.

👦 Thế thôi ạ. 600 nghìn _____ đắt quá, tôi không mua

đâu.

그러면 됐어요. 60만 동은 여전히 너무 비싸네요, 안 살게요.

다음 제시된 문제를 풀어보며 실력을 다지세요.

🎧 Track 08-03

1 녹음을 들으며 빈칸을 채워 보세요.

❶ _____ áo này đang là hot trend _____ đấy ạ.

❷ Shop em bán _____ anh ạ.

❸ _____ bán rẻ hơn, tôi đi chợ _____ tôi biết mà.

2 다음 문장에 알맞은 단어를 고르세요.

❶ Đây là mẫu shop em (nhập mới / mới nhập) về.
이거 저희 스토어에 막 들어온 모델이에요.

❷ Chị (bớt / bột) một chút được không?
조금 깎아줄 수 있나요?

❸ Có (khác màu / màu khác) nữa đấy.
다른 색상도 있어요.

3 제시된 한국어를 참고하여 주어진 단어를 어순에 맞게 배열하세요.

❶ xem   tôi   thôi   chỉ   thử

_____

그냥 보는 거예요.

❷ tôi   chị   mua   đi   thì   mới   bớt

_____

깎아주셔야 살 거예요.

❸ 600 nghìn   quá   đắt   vẫn

_____

60만 동은 여전히 비싸네요.

① 학습 목표

❶ 구매하고 싶은 물건의 위치를 물어볼 수 있다.

❷ 시식이 가능한지 물어볼 수 있다.

② 단어 알아보기

단어	뜻	단어	뜻
quầy	진열대	làm từ	~(으)로 만들다
sữa	우유	hạt óc	호두
cuối	마지막의	cho	~에게
ra mắt	출시하다	tim mạch	심장
vị	맛	hộp	상자, 박스
tự nhiên	부담없이	khu	구역, 지역
thơm	향기로운	thang cuốn	에스컬레이터

👨 Chị ơi, ❶ [_____] một chút. Quầy sữa ở đâu chị?

👩 À, anh ❷ [_____] đến cuối đường rồi rẽ trái là thấy nhé.

👨 Cảm ơn chị nhé.

👩 Anh ơi. Anh uống thử sữa này đi ạ. Đây là loại sữa mới
❸ [_____] đấy anh.

👨 Tôi uống thử ❹ [_____] này được không?

👩 Được ạ. Anh ❺ [_____] tự nhiên nhé.

👨 Sữa này thơm nhỉ. Sữa ❻ [_____] hạt óc chó hả chị?

👩 Đúng rồi anh. Đây là sữa óc chó mới ra, tốt cho tim mạch lắm ạ.

👨 Chị cho tôi ❼ [_____] nhé.
À, chị có biết khu bán quần áo nằm ở đâu không?

👩 Sữa của anh đây. Khu đó thì ❽ [_____] tầng trên.
Anh đi thang cuốn lên trên là thấy ạ.

👨 Ok, cảm ơn chị.

듣기 대본 138쪽

1 보기의 단어 중 빈칸에 알맞은 단어를 넣어 문장을 완성하세요.

보기	làm	tự nhiên	quầy

❶ _____ sữa ở đâu chị?

우유 코너가 어디 있어요?

❷ Anh cứ uống _____ nhé.

편하게 드세요.

❸ Sữa _____ từ hạt óc chó hả chị?

호두로 만든 우유인가요?

2 내용이 맞으면 O, 틀리면 X를 표시하세요.

❶ Anh ấy không biết quầy sữa ở đâu.   (   )

❷ Anh ấy muốn uống thử 2 vị sữa.   (   )

❸ Sau khi mua sữa, anh ấy về nhà luôn.   (   )

3 다음 질문에 알맞은 대답을 베트남어로 써 보세요.

❶ 지금 위치에서 우유 코너는 어떻게 가야하나요?

_____

❷ 남자가 맛본 우유는 무엇으로 만들었나요?

_____

❸ 패션 코너는 어디에 위치해 있나요?

_____

1

Anh đi thẳng đến cuối đường rồi rẽ trái là thấy nhé.
끝까지 가셔서 왼쪽으로 가시면 보이실 거예요.

📖 '~ rồi ~'는 문장과 문장을 연결하는 역할을 하며 '~한 후에 ~하다'라는 의미입니다.

Về nhà rồi tôi sẽ tắm ngay.   집에 간 후 나는 바로 샤워할 거예요.

Nộp hồ sơ rồi bạn ký tên ở đây nhé.   서류를 낸 후 여기에 싸인하세요.

2

Đây là sữa óc chó mới ra, tốt cho tim mạch lắm ạ.
새롭게 나온 호두 우유인데, 심장에 아주 좋아요.

📖 '좋은'이라는 의미인 'tốt'과 '~(을)를 위해'라는 의미인 'cho'가 합쳐진 표현으로 'tốt cho~'는 '~에(게) 좋다'라는 의미입니다.

Thuốc này tốt cho sức khỏe người già.   이 약은 노인 건강에 좋아요.

Ngày đó tốt cho tôi.   그날은 나에게 좋아요.

3

Anh đi thang cuốn lên trên là thấy ạ.
에스컬레이터로 올라가시면 바로 보일 거예요.

📖 'là'는 문장과 문장 사이에 쓰이는 경우 '~하면'의 의미가 됩니다.

Đi làm là mệt.   일하러 가면 피곤해요.

Gặp người yêu là vui.   애인을 만나면 기뻐요.

단어 **nộp** 제출하다 | **hồ sơ** 서류 | **ký tên** 서명하다

　그림을 보고 주어진 대화를 완성해 보세요.

①　구매하고 싶은 물건 위치 물어보기

> Chị ơi, cho tôi hỏi một chút.
>
> _____ ở đâu chị?
>
> 저기요, 뭐 좀 여쭤볼게요.
> 우유 코너가 어디 있어요?

> À, anh đi thẳng đến _____ rồi
>
> _____ là thấy nhé.
>
> 아, 끝까지 가셔서 왼쪽으로 가시면 보이실 거예요.

> Cảm ơn chị nhé.
>
> 감사합니다.

②　시식 가능한지 물어보기

> Anh ơi. Anh _____ sữa này đi ạ.
>
> Đây là loại sữa mới ra mắt đấy anh.
>
> 저기요. 이 우유 드셔보세요.
> 새로 나왔어요.

> Tôi uống thử hai vị này _____?
>
> 이 두 개 맛을 먹어볼 수 있나요?

> Được ạ. Anh cứ uống _____ nhé.
>
> 그럼요. 편하게 드세요.

🎧 Track 09-03

1 녹음을 들으며 빈칸을 채워 보세요.

❶ Đây là _____ mới ra mắt đấy anh.

❷ Chị có biết _____ bán _____ nằm ở đâu không?

❸ Khu đó thì _____ ở _____.

2 다음 문장에 알맞은 단어를 고르세요.

❶ Tôi (uống thử / thử uống) hai vị này được không?
이 두 개 맛을 먹어볼 수 있나요?

❷ Sữa (từ làm / làm từ) hạt óc chó hả chị?
호두로 만든 우유인가요?

❸ Anh đi (thang cuốn / thang máy) lên trên là thấy ạ.
에스컬레이터로 올라가시면 바로 보일 거예요.

3 제시된 한국어를 참고하여 주어진 단어를 어순에 맞게 배열하세요.

❶ sữa   anh   thử   này   đi   uống

_____

이 우유 드셔보세요.

❷ sữa   nhỉ   thơm   này

_____

이 우유 정말 고소하네요.

❸ 1 hộp   cho   chị   nhé   tôi

_____

한 박스 주세요.

① 학습 목표

❶ 배달을 신청할 수 있다.

❷ 배달 완료 시간을 물어볼 수 있다.

② 단어 알아보기

🎧 Track 10-01

단어	뜻	단어	뜻
túi	주머니, 봉투	quầy chăm sóc khách hàng	고객센터
đăng ký	신청하다	kí vào	싸인하다
giao hàng	배달	thực phẩm	식품
mỗi	매, 각각의	tươi sống	신선한, 싱싱한
siêu thị	마트, 슈퍼마켓	trứng	계란
tùy	~에 따라서	để ý	주의하다, 신경쓰다

🎧 Track 10-02

Của anh hết 1.106.000 đồng ạ. Anh có ❶ _____ không ạ?

Chị cho tôi hỏi có thể đăng ký giao hàng không ạ?
Đồ hơi nhiều nên tôi ❷ _____ mang về được.

Được anh. Với mỗi hóa đơn trên 200.000 đồng, siêu thị sẽ
❸ _____ miễn phí tùy vào địa chỉ của khách hàng.
Anh thanh toán xong thì ra quầy chăm sóc khách hàng
để đăng ký anh nhé. Anh _____ hóa đơn giúp em ạ.

Tôi biết rồi, cảm ơn chị nhé.

Anh ơi, tôi muốn ❹ _____ giao hàng tận nhà.

Anh cho em xem hóa đơn với ạ. Nhà anh ở đâu thế?

❺ _____ 34 Tôn Đức Thắng, Cầu Giấy.

Tôn Đức Thắng thì sẽ được free ship anh nhé.
❻ _____ tươi sống hay trứng thì mình tự mang về anh
nhé.

Ok anh. ❼ _____ khi nào tôi nhận được hàng nhỉ?

Anh sẽ nhận được ❽ _____ đến 1 tiếng anh nhé.
Anh để ý điện thoại shipper gọi đến giúp em.

듣기 대본 139쪽

앞에 제시된 내용을 잘 생각하며 다음 문제를 풀어보세요.

1 보기의 단어 중 빈칸에 알맞은 단어를 넣어 문장을 완성하세요.

> 보기   **kí**   **hóa đơn**   **hết**

❶ Của anh _____ 1.106.000 đồng ạ.
전부 1,106,000동입니다.

❷ Anh _____ vào hóa đơn giúp em ạ.
여기 영수증에 싸인 부탁드립니다.

❸ Anh cho em xem _____ với ạ.
영수증 보여주세요.

2 내용이 맞으면 O, 틀리면 X를 표시하세요.

❶ Anh ấy muốn đăng ký giao hàng.   (   )

❷ Anh ấy có thể đăng ký giao hàng ở quầy chăm sóc khách hàng. (   )

❸ Nhà anh ấy sẽ được free ship.   (   )

3 다음 질문에 알맞은 대답을 베트남어로 써 보세요.

❶ 왜 남자는 배달 신청을 하려고 하나요?

_____

❷ 무료 배달 조건은 얼마 이상을 구매해야 하나요?

_____

❸ 언제 남자는 배달 물품을 받을 수 있나요?

_____

1

Đồ hơi nhiều nên tôi không tự mang về được.
좀 많아서 집에 못 들고 가겠네요.

📖 'tự + 동사'는 '스스로 ~하다'라는 의미입니다.

Xin tự giới thiệu về bản thân.　　자기소개를 하겠습니다.

Bạn tự học ở nhà có tốt không?　　당신은 집에서 독학하는 게 좋나요?

2

Siêu thị sẽ hỗ trợ giao hàng miễn phí tùy vào
địa chỉ của khách hàng.
주소에 따라 무료 배달 서비스를 하고 있어요.

📖 'tùy vào~'는 '~에 따라'라는 뜻으로, '어떤 사실이나 내용에 달려있다'라는 의미로 사용됩니다.

Chúng tôi có thể giảm giá cho tùy vào
số lượng.
우리는 수량에 따라 할인해줄 수 있어요.

Bạn có thể trả tiền boa tùy vào dịch vụ.
당신은 서비스에 따라 팁을 지불할 수 있어요.

3

Anh kí vào hóa đơn giúp em ạ.
여기 영수증에 싸인 부탁드립니다.

📖 '싸인하다'라는 의미인 'kí'와 '~에'라는 의미인 'vào'가 합쳐진 표현으로 'kí vào'는 '~에 싸인하다'라는 의미입니다.

Bạn kí vào tờ này nhé.　　이 종이에 싸인하세요.

Tôi kí vào chỗ này à?　　여기에 싸인하는 건가요?

단어 bản thân 본인 | tiền boa 팁

❶ 배달 신청하기

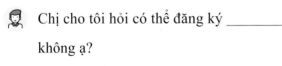

🧑 Chị cho tôi hỏi có thể đăng ký _____

không ạ?

Đồ hơi nhiều nên tôi không tự mang về được.

배달 신청되나요?

좀 많아서 집에 못 들고 가겠네요.

👩 Được anh. Với mỗi hóa đơn _____, siêu thị sẽ

hỗ trợ giao hàng miễn phí tùy vào _____ của

khách hàng.

네 가능합니다. 20만 동 이상 구매, 주소에 따라 무료 배달 서비스를 하고 있어요.

---

❷ 배달 완료 시간 물어보기

🧑 Nhà tôi ở 34 Tôn Đức Thắng, Cầu Giấy.

꺼우 지어이 군, Ton Duc Thang길 34 번지예요.

🧑 Tôn Đức Thắng thì _____ free ship anh nhé.

Ton Duc Thang길이면 무료 배달돼요.

🧑 Ok anh. Khoảng khi nào tôi nhận được hàng nhỉ?

네. 언제쯤 받을 수 있을까요?

🧑 Anh sẽ _____ trong 30 phút đến 1 tiếng anh nhé.

30분에서 1시간 사이에 받으실 수 있어요.

🎧 Track 10-03

1 녹음을 들으며 빈칸을 채워 보세요.

❶ Đồ _____ nên tôi không tự _____ được.

❷ _____ khi nào tôi nhận được _____ nhỉ?

❸ Anh _____ điện thoại shipper _____ đến giúp em.

2 다음 문장에 알맞은 단어를 고르세요.

❶ Tôi muốn đăng ký giao hàng (tận / tấn) nhà.
배달 서비스 신청하고 싶은데요.

❷ (tôi nhà / nhà tôi) ở 34 Tôn Đức Thắng, Cầu Giấy.
꺼우 지어이 군, Ton Duc Thang길 34 번지예요.

❸ (thức phậm / thực phẩm) tươi sống hay trứng thì mình tự mang về anh nhé.
신선식품이나 계란은 직접 가지고 가셔야 돼요.

3 제시된 한국어를 참고하여 주어진 단어를 어순에 맞게 배열하세요.

❶ giao hàng　tôi　không　đăng ký　chị　cho　hỏi　có thể

_____

배달 신청되나요?

❷ với　anh　hóa đơn　cho　xem　ạ　em

_____

영수증 보여주세요.

❸ ở đâu　nhà　anh　thế

_____

집이 어디세요?

① **학습 목표**

❶ 증상을 말하고 약을 구매할 수 있다.

❷ 처방에 관해 요청 사항을 말할 수 있다.

② **단어 알아보기**

Track 11-01

단어	뜻	단어	뜻
liều	1회분 약	dị ứng	알레르기
thuốc cảm	감기약	thuốc	약
sốt	열나는	đừng	~하지 마세요
đau đầu	두통	thuốc ngủ vào	수면제 성분이 들어간
ớn lạnh	오한이 나는	vì	~하기 때문에
buồn nôn	메스꺼운	ban ngày	낮
ho	기침하다	đi làm	일하러 가다
từ	~부터	viên	알
thấy	느끼다	thuốc bột	가루약
lâu lâu	가끔, 때때로	ghi	적다, 기록하다
có đờm	가래가 있는	khỏi	회복하다, 낫다
ngứa cổ	목이 간질간질한	khám	진찰하다
cảm lạnh	감기		

🎧 Track 11-02

Chị cho tôi liều ❶ _____ .

Anh ❷ _____ đấy anh?

Tôi ❸ _____ , _____ , ớn lạnh.

Anh bị ❹ _____ ? Có buồn nôn hay ho gì không?

Tôi bị từ ❺ _____ .
Không thấy buồn nôn và lâu lâu cũng ho một chút, có đờm,
ngứa cổ ạ.

Thế là anh ❻ _____ rồi đấy.
Anh có bị dị ứng với thuốc gì không?

Tôi không.
À, chị đừng cho thuốc ngủ vào nhé. Vì ❼ _____ tôi phải
đi làm.

Vâng. Tôi lấy cho anh thuốc uống trong 3 ngày, sáng trưa và tối.
Mỗi loại một viên, uống sau khi ❽ _____ nhé.
Còn thuốc bột này anh uống với nước, uống trước khi ăn.
Thuốc nào ghi là "tối" thì anh chỉ uống nó vào tối thôi.

Vâng, cảm ơn chị.

듣기 대본 140쪽

1 보기의 단어 중 빈칸에 알맞은 단어를 넣어 문장을 완성하세요.

> **보기**   **lâu**   **buồn nôn**   **dị ứng**

❶ Anh bị _____ chưa?
오래 되셨나요?

❷ Có _____ hay ho gì không?
메스껍거나 기침하시나요?

❸ Anh có bị _____ với thuốc gì không?
약 알레르기 있으신가요?

2 내용이 맞으면 O, 틀리면 X를 표시하세요.

❶ Anh ấy bị cảm rồi.   (   )

❷ Anh ấy bị dị ứng với thuốc.   (   )

❸ Ban ngày thì anh ấy thường đi làm việc.   (   )

3 다음 질문에 알맞은 대답을 베트남어로 써 보세요.

❶ 남자는 어떤 증상이 있나요?

_____

❷ 남자는 언제부터 아팠나요?

_____

❸ 여자는 며칠 분의 약을 처방해 주었나요?

_____

1

Chị đừng cho thuốc ngủ vào nhé.

수면제 성분이 들어간 약은 빼주세요.

📖 'đừng + 서술어'는 '~하지 마세요'라는 부정의 명령의 표현입니다. 보통 문장 맨 끝에 'nhé'를 함께 써서 조금 더 부드러운 느낌으로 표현할 수 있습니다.

Bạn đừng đến muộn nhé.	지각하지 마세요.
Các bạn đừng mang theo điện thoại trong lớp nhé.	교실에 휴대 전화를 가지고 오지 마세요.

2

Mỗi loại một viên, uống sau khi ăn 30 phút nhé.

각 한 알씩, 식후 30분에 복용하세요.

📖 'mỗi'는 명사 앞에 위치하여 '매~, ~마다'라는 의미입니다.

Mỗi người sẽ có 1 địa chỉ email.	한 사람 마다 한 개의 이메일 주소를 가지게 될 거예요.
Mỗi căn hộ nhớ bỏ rác vào thứ 3 và thứ 5 nhé.	각각의 세대는 화요일과 목요일에 쓰레기 버리는 것을 기억하세요.

3

Còn thuốc bột này anh uống với nước, uống trước khi ăn.

그리고 이 가루약은 물과 함께 드시고, 식전에 복용하세요.

📖 'trước khi~'는 '전'을 나타내는 'trước'과 '~할 때'를 나타내는 'khi'가 합쳐져 '~하기 전에'라는 의미입니다.

Trước khi vào phòng, bạn phải rửa tay trước.	방에 들어가기 전에, 먼저 손을 씻어야 해요.
Tôi luôn luôn xem clip trên mạng trước khi đi ngủ.	자러 가기 전에 나는 항상 인터넷에서 동영상을 봐요.

단어 **địa chỉ** 주소

보고 말하기 그림을 보고 주어진 대화를 완성해 보세요.

1 증상 말하고 약 구매하기

Chị _____ liều thuốc cảm.
감기약 좀 주세요.

Anh bị sao đấy anh?
어떻게 안 좋으세요?

Tôi bị sốt, đau đầu, _____.
열나고, 머리 아프고, 오한도 있어요.

Thế là anh bị cảm lạnh rồi đấy.
감기 걸리셨네요.

2 처방에 관해 요청 사항 말하기

À, chị đừng cho _____ nhé.

Vì ban ngày tôi _____.
아, 수면제 성분이 들어간 약은 빼주세요.
낮에 출근해야 해서요.

Vâng. Tôi lấy cho anh thuốc uống _____, sáng trưa

và tối. Mỗi loại _____, uống sau khi ăn 30 phút nhé.
네. 아침, 점심, 저녁, 3일 약 처방해 드릴게요. 각 한 알 씩, 식후 30분에 복용하세요.

Vâng, cảm ơn chị.
네, 감사합니다.

⑦ **실력 확인하기**   다음 제시된 문제를 풀어보며 실력을 다지세요.

🎧 Track 11-03

1 녹음을 들으며 빈칸을 채워 보세요.

❶   Tôi _____, _____, ớn lạnh.

❷   Tôi _____ cho anh thuốc uống _____ 3 ngày.

❸   Thuốc nào _____ "tối" thì anh _____ nó vào tối thôi.

2 다음 문장에 알맞은 단어를 고르세요.

❶   Có (buồn nôn / nôn buồn) hay ho gì không?
   메스껍거나 기침하시나요?

❷   Tôi bị từ (hôm kia / hôm qua).
   어제부터 그랬어요.

❸   Còn (bột thuốc / thuốc bột) này anh uống với nước.
   그리고 이 가루약은 물과 함께 드세요.

3 제시된 한국어를 참고하여 주어진 단어를 어순에 맞게 배열하세요.

❶   thế là   cảm lạnh   anh   đấy   bị   rồi

   _____

   감기 걸리셨네요.

❷   thuốc   với   anh   bị   gì   không   dị ứng   có

   _____

   약 알레르기 있으신가요?

❸   đi làm   vì   phải   tôi   ban ngày

   _____

   낮에 출근해야 해서요.

① 학습 목표

❶ 증상을 상세하게 말할 수 있다.

❷ 상태의 위중함에 대해 물을 수 있다.

② 단어 알아보기

🎧 Track 12-01

단어	뜻	단어	뜻
đau	아프다	lần nào chưa	~해 본 적이 있나요?
bụng	배	ai	누구
cả đêm	밤새	tiền sử	내력
qua	지나다	ung thư	암
hồi nào	언제 (과거 의미에 사용)	bên ngoại	외가쪽
thỉnh thoảng	가끔	cầm	들다, 집다
khiến	~하게 만들다	giấy	서류, 종이
ra	나가다	nội soi	내시경
tiệm thuốc	약국	nội soi gây mê	수면 내시경
thuốc giảm đau	진통제	bình thường	보통의, 통상의
hết	끝나다		

🎧 Track 12-02

👮 Mời chị ngồi. Chị đau ❶ _____ ?

👩 Tôi bị đau bụng ❷ _____ qua.

👮 Chị mới đau từ hôm qua hay bị từ ❸ _____ hả chị?

👩 Cả tháng nay ❹ _____ có hơi đau một chút rồi thôi.
Nhưng hôm qua thì đau suốt cả đêm khiến tôi không ngủ được.
Tôi có ra _____ mua thuốc giảm đau nhưng không hết.

👮 Chị đã đi khám viêm dạ dày lần nào chưa?
Trong nhà có ai có tiền sử đau dạ dày hay ung thư gì không chị?

👩 Tôi chưa ❺ _____ dạ dày bao giờ.
Nhà tôi thì _____ hay bị đau dạ dày, còn ung thư thì
không có.

👮 Vâng. Bây giờ chị ❻ _____ này ra ngoài đăng ký rồi lên
tầng 2 để tôi nội soi dạ dày cho chị nhé.

👩 ❼ _____ hả bác sĩ?

👮 Phải nội soi ra thì mới biết được chị ạ.
Chị muốn nội soi gây mê hay ❽ _____ hả chị?

👩 Nội soi gây mê đi ạ.

듣기 대본 141쪽

앞에 제시된 내용을 잘 생각하며 다음 문제를 풀어보세요.

1 보기의 단어 중 빈칸에 알맞은 단어를 넣어 문장을 완성하세요.

> 보기   **khám**   **bị**   **đau**

❶ Chị _____ ở đâu?
어디가 아프세요?

❷ Chị mới đau từ hôm qua hay _____ từ hồi nào hả chị?
어제부터 인가요, 아니면 언제부터 아프셨어요?

❸ Chị đã đi _____ viêm dạ dày lần nào chưa?
위염 검사 받은 적이 있으신가요?

2 내용이 맞으면 O, 틀리면 X를 표시하세요.

❶ Chị ấy đau bụng khoảng 1 tháng rồi. ( )

❷ Chị ấy đã mua thuốc và uống nhưng vẫn đau. ( )

❸ Chị ấy đã đi khám dạ dày mấy lần rồi. ( )

3 다음 질문에 알맞은 대답을 베트남어로 써 보세요.

❶ 여자는 어떤 증상 때문에 진찰을 받으러 왔나요?

_____

❷ 질병과 관련된 여자의 가족력은 어떤가요?

_____

❸ 여자는 어떤 종류의 내시경 검사를 원하나요?

_____

1

> **Tôi bị đau bụng cả đêm qua.**
> 어제밤부터 계속 배가 아팠어요.

📖 'cả + 시간'은 '시간 내내'라는 표현입니다.

Tôi rất bận cả ngày.   나는 하루 종일 매우 바빠요.

Anh ấy đã bị bệnh cả tuần.   그는 일주일 내내 아팠어요.

2

> **Nhưng hôm qua thì đau suốt cả đêm khiến tôi không ngủ được.**
> 그런데 어젯밤 내내 계속 아파서 잠을 못 잤어요

📖 'khiến'은 사역 동사로 '~하게 시키다, ~하게 만들다'라는 의미입니다.

Điều này khiến bố mẹ tôi hạnh phúc.   이 일은 내 부모님을 행복하게 만들었어요.

Chồng tôi khiến tôi cảm động.   내 남편은 나를 감동시켰어요.

3

> **Chị đã đi khám viêm dạ dày lần nào chưa?**
> 위염 검사 받은 적이 있으신가요?

📖 'đã+동사+lần nào chưa?'는 '~해본 적이 있어요?'라는 의미로 경험을 묻는 표현입니다.

Bạn đã đi khu vực đó lần nào chưa?   그 지역에 가본 적이 있어요?

Các bạn đã học ở thư viện lần nào chưa?   도서관에서 공부해본 적이 있어요?

단어 **điều** 일 | **cảm động** 감동하다 | **thư viện** 도서관

그림을 보고 주어진 대화를 완성해 보세요.

---

① 증상 상세하게 말하기

Tôi bị _____ cả đêm qua.

어제밤부터 계속 배가 아팠어요.

Chị mới đau từ hôm qua hay bị từ hồi nào hả chị?

어제부터 인가요, 아니면 언제부터 아프셨어요?

Cả tháng nay thỉnh thoảng có hơi đau một chút rồi thôi.

Nhưng hôm qua thì đau suốt cả đêm khiến tôi

_____ được.

Tôi có ra tiệm thuốc mua _____ nhưng không hết.

이번 달에 가끔 조금씩 아프다가 괜찮아 졌어요. 그런데 어젯밤 내내 계속 아파서 잠을 못 잤어요.
약국에 가서 진통제를 샀는데 나아지지 않더라고요.

---

② 상태의 위중함에 대해 묻기

Bây giờ chị cầm giấy này ra ngoài

_____ rồi lên tầng 2 để tôi nội

soi _____ cho chị nhé.

지금 이 서류 가지고 나가셔서 등록하고 2층에 올라가시면 위내시경 진행해 드릴게요.

Nặng lắm hả bác sĩ?

많이 심각한가요?

Phải nội soi ra thì _____ chị ạ.

내시경을 해봐야 알 수 있어요.

다음 제시된 문제를 풀어보며 실력을 다지세요.

🎧 Track 12-03

1 녹음을 들으며 빈칸을 채워 보세요.

❶ Tôi có ra _____ mua thuốc giảm đau nhưng không _____.

❷ Tôi _____ đi khám dạ dày _____.

❸ _____ nội soi ra thì _____ biết được chị ạ.

2 다음 문장에 알맞은 단어를 고르세요.

❶ Cả tháng nay (không bao giờ / thỉnh thoảng) có hơi đau một chút rồi thôi.
이번 달에 가끔 조금씩 아프다가 괜찮아 졌어요.

❷ Nhà tôi thì bên (ngoại / nội) hay bị đau dạ dày.
저희 외갓집 쪽이 위가 자주 아팠어요.

❸ (nhẹ / nặng) lắm hả bác sĩ?
많이 심각한가요?

3 제시된 한국어를 참고하여 주어진 단어를 어순에 맞게 배열하세요.

❶ bị   tôi   cả đêm   đau   bụng   qua

_____

어제밤부터 계속 배가 아팠어요.

❷ đã   khám   lần nào chưa   chị   viêm dạ dày   đi

_____

위염 검사 받은 적이 있으신가요?

❸ nội soi gây mê   muốn   chị   bình thường   hay   hả   chị

_____

수면내시경 하실 건가요, 일반내시경으로 하실 건가요?

1 학습 목표

❶ 원하는 헤어 디자이너를 요청할 수 있다.

❷ 어울리는 헤어 스타일을 추천 받을 수 있다.

2 단어 알아보기

🎧 Track 13-01

단어	뜻	단어	뜻
cắt tóc	머리카락을 자르다	mặt	얼굴
chủ	주인	gội đầu	머리를 감다
rảnh	한가한	tóc mái	앞머리
một lát	잠시, 잠깐	dài	긴
lần	번, 회	cắt lên	자르다
hợp với	~(와)과 어울리다		

🎧 Track 13-02

Chào chị. ❶ _____ cắt tóc.

Chào anh. Anh đã ❷ _____ chưa ạ?

Chưa chị. Tôi muốn được chị chủ cắt tóc cho. Giờ chị ấy có rảnh không ạ?

Giờ chị Lan ❸ _____ ạ. Anh chưa đặt trước nên phải chờ khoảng 20 phút. Anh ngồi đây chờ một lát anh nhé.

Chào anh. Anh đến ❹ _____ à? Anh muốn cắt kiểu gì?

Tôi cũng chưa biết. Chị thấy tôi hợp với kiểu nào chị nhỉ?

Ừm... Anh xem thử hai kiểu này. Em thấy nó ❺ _____ mặt của anh đấy.

Thế làm cho tôi ❻ _____ đi. Cắt xong rồi chị gội đầu cho tôi với nhé.

Vâng.

Xong rồi anh. Anh thấy ❼ _____ được chưa?

Tóc mái vẫn ❽ _____ một chút.
Chị _____ cho tôi một chút nữa nhé.

Ok anh.

듣기 대본 142쪽

1 보기의 단어 중 빈칸에 알맞은 단어를 넣어 문장을 완성하세요.

> | 보기 | đặt lịch | rảnh | cắt |
> |---|---|---|---|

❶ Anh đã _____ chưa ạ?
예약하셨나요?

❷ Giờ chị ấy có _____ không ạ?
지금 시간 되시나요?

❸ Anh muốn _____ kiểu gì?
어떤 스타일로 자르고 싶으세요?

2 내용이 맞으면 O, 틀리면 X를 표시하세요.

❶ Anh ấy đặt lịch rồi. 　　　　　(　　)

❷ Anh ấy muốn chị chủ cắt tóc cho anh ấy. 　(　　)

❸ Anh ấy có thể cắt tóc ngay. 　　(　　)

3 다음 질문에 알맞은 대답을 베트남어로 써 보세요.

❶ 남자는 왜 기다려야 하나요?

_____

❷ 남자는 머리를 자른 후 어떤 것을 요청했나요?

_____

❸ 남자는 추가로 어느 부분을 더 잘라 달라고 했나요?

_____

1

Tôi muốn được chị chủ cắt tóc cho.

원장님이 커트해 주셨으면 하는데.

📖 'được + 동사' 표현을 확장한 'được + 행위자 + 동사 + cho'의 표현입니다. '행위자 가 ~해준다'라는 의미가 되며 주어에게 긍정적인 영향이 있을 때 사용합니다.

Tôi được cô Kim dạy cho.　　　　김 선생님이 나를 가르쳐 줘요.

Tôi mới được họ nói cho.　　　　그들이 막 말해 줬어요.

2

Anh đến lần đầu à?

처음 오신거죠?

📖 '번'이라는 의미인 'lần'과 '처음'이라는 의미인 'đầu'가 합쳐진 표현으로 '동사 + lần đầu'는 '처음 ~하다'라는 의미입니다.

Tôi ăn cái này lần đầu.　　　　나는 이것을 처음 먹어요.

Bạn đi thuyền lần đầu à?　　　　배로 처음 가시는 거죠?

3

Em thấy nó hợp với mặt của anh đấy.

손님 얼굴에 잘 어울릴 것 같아요.

📖 '적합하다, 어울리다'라는 의미인 'hợp'과 '~(와)과'라는 의미인 'với'가 합쳐진 표현으 로 'hợp với~'는 '~(와)과 적합하다, ~(와)과 잘 어울리다'라는 의미입니다.

Kiểu này hợp với tôi không?　　　　이 스타일이 나랑 어울리나요?

Món này hợp với khẩu vị tôi.　　　　이 음식은 내 입맛과 잘 맞아요.

> **단어** **dạy** 가르치다 | **thuyền** 배 | **khẩu vị** 입맛

① 원하는 헤어 디자이너 요청하기

Chào anh. Anh đã đặt lịch chưa ạ?

안녕하세요. 예약하셨나요?

Chưa chị. Tôi muốn được chị _____ cho.

Giờ chị ấy _____ ạ?

아니요. 원장님이 커트해 주셨으면 하는데.

지금 시간 되시나요?

Giờ chị Lan đang có khách ạ. Anh chưa _____ nên

phải _____ khoảng 20 phút.

원장님이 지금 다른 손님하고 계셔서요. 예약을 안 하셔서 20분 정도 기다려 주셔야 해요.

② 어울리는 헤어 스타일 추천 받기

Anh muốn cắt _____?

어떤 스타일로 자르고 싶으세요?

Tôi cũng chưa biết.

Chị thấy tôi _____ kiểu nào chị nhỉ?

잘 모르겠어요.

어떤 스타일이 저한테 어울릴까요?

Ừm... Anh _____ hai kiểu này.

Em _____ nó hợp với mặt của anh đấy.

음... 이 두 스타일을 한번 보세요.

손님 얼굴에 잘 어울릴 것 같아요.

다음 제시된 문제를 풀어보며 실력을 다지세요.

🎧 Track 13-03

1 녹음을 들으며 빈칸을 채워 보세요.

❶ Anh _____ đặt lịch _____ ạ?

❷ Giờ chị Lan đang _____ ạ.

❸ Anh thấy _____ được chưa?

2 다음 문장에 알맞은 단어를 고르세요.

❶ Anh đến (lần đầu / đầu lần) à?
처음 오신거죠?

❷ Cắt xong rồi chị (gội / gọi) đầu cho tôi với nhé.
다 자른 후 머리 감아주세요.

❸ Tóc mái vẫn (hơi / lắm) dài một chút.
앞머리가 조금 길어요.

3 제시된 한국어를 참고하여 주어진 단어를 어순에 맞게 배열하세요.

❶ chờ một lát ngồi anh nhé anh đây

_____

여기 앉으셔서 잠시만 기다려 주세요.

❷ hợp với em nó của mặt anh đấy thấy

_____

손님 얼굴에 잘 어울릴 것 같아요.

❸ chị một chút nhé cho tôi nữa cắt lên

_____

조금 더 잘라 주세요.

1 학습 목표

❶ 네일아트에 관한 요청 사항을 말할 수 있다.

❷ 참고할 수 있는 사항이 있는 지 물어볼 수 있다.

2 단어 알아보기

Track 14-01

단어	뜻	단어	뜻
móng tay	손톱	sạch	깨끗한, 청결한
sơn móng tay	매니큐어	cắt	자르다
móng giả	인조 손톱	tham khảo	참고하다
vẽ	그리다	đính đá	보석을 붙이다
móng chân	발톱	hoa	꽃

Track 14-02

Chào chị. Chị **❶** _____ làm gì ạ?

Tôi muốn làm **❷** _____ nhưng chưa làm bao giờ nên không biết làm kiểu nào.

Chị ngồi đây đi ạ. Chị có thể **❸** _____ hoặc dán móng giả. _____ chọn vẽ móng theo kiểu đều được ạ.
Chị có muốn làm móng chân luôn không?

Thế chị **❹** _____ rồi vẽ móng tay cho tôi nhé.
Còn móng chân thì chỉ cắt và làm sạch thôi.

Vâng chị. Chị muốn **❺** _____ kiểu nào?

Có ảnh **❻** _____ không chị?

Đây chị. Mấy kiểu này đang hot lắm ạ. Chị có muốn kiểu **❼** _____ này không?

Chị làm cho tôi kiểu đính **❽** _____ này nhé.

듣기 대본 143쪽

1　보기의 단어 중 빈칸에 알맞은 단어를 넣어 문장을 완성하세요.

> 보기　　　　　**kiểu**　　　　**ảnh**　　　　**móng chân**

❶　Chị có muốn làm _____ luôn không?
패디큐어도 해드릴까요?

❷　Chị muốn vẽ _____ nào?
어떤 걸로 그려드릴까요?

❸　Có _____ tham khảo không chị?
참고할 사진이 있을까요?

2　내용이 맞으면 O, 틀리면 X를 표시하세요.

❶　Chị ấy chưa bao giờ làm móng tay.　　　(　　)

❷　Chị ấy sẽ làm móng tay và móng chân.　　(　　)

❸　Chị ấy muốn kiểu đính đá.　　　　　　(　　)

3　다음 질문에 알맞은 대답을 베트남어로 써 보세요.

❶　직원은 이 네일아트 숍에는 어떤 것들을 할 수 있다고 말했나요?

_____

❷　손님은 발톱은 어떻게 해달라고 요청했나요?

_____

❸　손님은 어떤 보석 스타일을 선택했나요?

_____

1

Tôi muốn làm móng tay nhưng chưa làm bao giờ nên không biết làm kiểu nào.

손톱을 하려고 하는데 해본 적이 없어서 어떤 스타일로 해야 할지 모르겠어요.

📖 'không biết(모르다) + 동사 + 명사 + nào'는 '어느 명사를 ~할지 모르겠다'라는 의미입니다.

Tôi không biết chọn cái nào.	나는 어느 것을 선택할지 모르겠어요.
Tôi không biết đi đường nào.	나는 어느 길로 갈지 모르겠어요.

2

Hay là chọn vẽ móng theo kiểu đều được ạ.

아니면 네일아트도 가능해요.

📖 'Hay là~'는 '아니면 ~하다'라는 의미로 다른 방안을 제시할 때 사용하는 표현입니다.

Hay là bạn đi khám bệnh đi!	아니면 진찰받으러 가요!
Hay là bạn gọi điện cho chị ấy đi!	아니면 그녀에게 전화 걸어 봐요!

3

Mấy kiểu này đang hot lắm ạ.

이 스타일들이 요새 아주 핫해요.

📖 'mấy(몇) + 명사 + này'는 '이 명사들'이라는 의미로 복수의 명사를 나타낼 때 사용합니다.

Mấy người này sẽ hỏi anh về vấn đề này.	이 사람들이 이 문제에 대해 물어볼 거예요.
Mấy nhà này bị cúp điện rồi	이 집들이 정전되었어요.

단어 **chọn** 선택하다 | **vấn đề** 문제 | **cúp điện** 전기를 끊다

① 네일아트에 관한 요청 사항 말하기

Tôi muốn làm móng tay nhưng chưa

_____ nên không biết làm _____.

손톱을 하려고 하는데 해본 적이 없어서 어떤 스타일로 해야 할지 모르겠어요.

Chị có thể sơn móng tay hoặc dán _____.

Hay là chọn vẽ móng theo kiểu đều được ạ.

Chị có muốn làm _____ luôn không?

매니큐어, 인조 손톱 등 하실 수 있어요. 아니면 네일아트도 가능해요. 패디큐어도 해드릴까요?

Thế chị làm sạch rồi vẽ móng tay cho tôi nhé. Còn móng chân

thì chỉ _____ và _____ thôi.

그러면 깨끗하게 정리해서 네일아트 해주세요. 발톱은 그냥 자르고 정리만 해주세요.

② 참고할 수 있는 사항 물어보기

Chị muốn vẽ kiểu nào?

어떤 걸로 그려드릴까요?

_____ tham khảo không chị?

참고할 사신이 있을까요?

Đây chị. _____ đang hot lắm ạ.

여기요. 이 스타일들이 요새 아주 핫해요.

다음 제시된 문제를 풀어보며 실력을 다지세요.

Track 14-03

1 녹음을 들으며 빈칸을 채워 보세요.

❶ Còn _____ thì chỉ cắt và làm sạch _____.

❷ Có ảnh _____ không _____?

❸ Chị _____ tôi _____ đính hoa này nhé.

2 다음 문장에 알맞은 단어를 고르세요.

❶ Chị có thể sơn móng tay hoặc dán móng (giá / giả).
매니큐어, 인조 손톱 등 하실 수 있어요.

❷ Hay là chọn (vẽ / vé) móng theo kiểu đều được ạ.
아니면 네일아트도 가능해요.

❸ Thế chị làm (sách / sạch) rồi vẽ móng tay cho tôi nhé.
그러면 깨끗하게 정리해서 네일아트 해주세요.

3 제시된 한국어를 참고하여 주어진 단어를 어순에 맞게 배열하세요.

❶ móng chân   có   không   chị   muốn   làm   luôn

_____

패디큐어도 해드릴까요?

❷ kiểu   vẽ   chị   nào   muốn

_____

어떤 걸로 그려드릴까요?

❸ hot   mấy   này   đang   kiểu   lắm

_____

이 스타일들이 요새 아주 핫해요.

Chapter 15

해외 배송 업체 1

① 학습 목표

  ❶ 해외 운송 서비스를 신청할 수 있다.

  ❷ 운송이 가능한 물품인지 확인할 수 있다.

② 단어 알아보기

🎧 Track 15-01

단어	뜻	단어	뜻
gửi	보내다	mặt hàng	품목
đồ = hàng	물건	giấy tờ	서류
đường biển	해로	khô	마른, 건조한
công ty	회사	chứa	담고있다, 저장하다
số lượng	수량	thịt	고기
một ít	조금, 약간	điền	기입하다
đường bay	항공로	thông tin	정보
tốn phí thông quan	통관 수수료	sau	나중에, 후에

🎧 Track 15-02

Xin chào. Tôi ❶ _____ đồ sang Hàn Quốc bằng đường biển.

Chị gửi hàng công ty hay hàng ❷ _____ hả chị? Đường biển chỉ dành cho hàng công ty _____ lớn thôi ạ.

À, tôi chỉ gửi một ít đồ cá nhân thôi. Thế đường bay giá ❸ _____ hả anh?

Đường bay thì 10 đô 1 cân. Chị gửi trên ❹ _____ sẽ có giá tốt hơn.

❺ _____ hả anh? Có tốn phí thông quan riêng không?

Mất khoảng 2 đến 3 ngày là sẽ đến tay người nhận hàng ở Hàn Quốc. Không tốn phí ❻ _____ riêng chị nhé, tiền đó đã bao gồm trong phí ship rồi ạ. Chị gửi mặt hàng gì thế ạ?

❼ _____ quần áo và giấy tờ. À, có thể gửi thực phẩm không anh?

Chỉ được gửi ❽ _____ khô và không chứa thịt thôi chị ạ. Chị điền thông tin vào đây, nếu có đồ gì không gửi được, em sẽ gọi lại cho chị sau.

듣기 대본 144쪽

1 보기의 단어 중 빈칸에 알맞은 단어를 넣어 문장을 완성하세요.

> | 보기 | đường bay | trên | cá nhân |
> |------|-----------|------|---------|

① Chị gửi hàng công ty hay hàng _____ hả chị?
회사에서 보내시는 건가요, 개인적으로 보내시는 건가요?

② Thế _____ giá như thế nào hả anh?
그럼 항공 운송은 가격이 어떻게 되나요?

③ Chị gửi _____ 10 cân sẽ có giá tốt hơn.
10kg 이상 보내시면 더 좋은 가격으로 해드릴게요.

2 내용이 맞으면 O, 틀리면 X를 표시하세요.

① Chị ấy muốn gửi đồ sang Hàn Quốc. ( )

② Chị ấy gửi đồ cá nhân. ( )

③ Chị ấy gửi không tốn phí thông quan riêng. ( )

3 다음 질문에 알맞은 대답을 베트남어로 써 보세요.

① 해운 운송 서비스는 어떤 경우에만 보낼 수 있나요?

_____

② 여자가 보내려는 물건의 배송 기간은 얼마나 걸리나요?

_____

③ 식품은 어떤 종류를 보낼 수 있나요?

_____

1

> ### Tôi muốn gửi đồ sang Hàn Quốc bằng đường biển.
> 해운 운송 서비스로 한국에 물건을 보내고 싶어요.

📖 'bằng'은 뒤에 수단을 나타내는 단어와 결합하여 ~(으)로'라는 의미를 나타냅니다.

Tôi sẽ đi sân bay bằng xe ô tô.	나는 자동차로 공항에 갈 거예요.
Tôi muốn kí tên bằng cái bút này.	나는 이 펜으로 싸인하고 싶어요.

2

> ### Chị gửi trên 10 cân sẽ có giá tốt hơn.
> 10kg 이상 보내시면 더 좋은 가격으로 해드릴게요.

📖 'trên'은 '위'라는 의미의 위치 전치사이지만 숫자 앞에 쓰일 경우 '~이상'이라는 의미가 됩니다.

Chúng tôi sẽ sản xuất trên 100 cái.	우리는 100개 이상 생산할 거예요.
Trên 80 phần trăm là người nước ngoài.	80프로 이상이 외국인이에요.

3

> ### Chị điền thông tin vào đây.
> 여기 정보를 작성해 주세요.

📖 'điền'은 '적다, 기입하다'라는 의미로 'điền A vào B'는 'A를 B에 기입하다/적다/작성하다'라는 의미가 됩니다.

Bạn điền họ tên vào đây.	여기에 이름을 적어 주세요.
Bạn điền thông tin cá nhân vào chỗ trống.	빈칸에 개인 정보를 적어 주세요.

단어 **xe ô tô** 자동차 | **kí tên** 싸인하다 | **sản xuất** 생산하다 | **phần trăm** 퍼센트 |
họ tên 이름 | **thông tin cá nhân** 개인 정보 | **chỗ trống** 빈칸

6 보고 말하기   그림을 보고 주어진 대화를 완성해 보세요.

❶ 해외 운송 서비스 신청하기

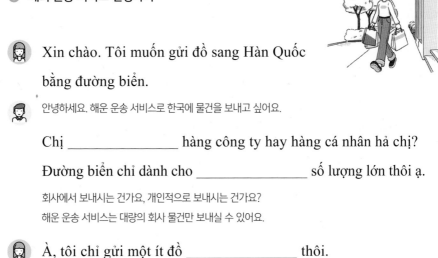

Xin chào. Tôi muốn gửi đồ sang Hàn Quốc
bằng đường biển.

안녕하세요. 해운 운송 서비스로 한국에 물건을 보내고 싶어요.

Chị _____ hàng công ty hay hàng cá nhân hả chị?

Đường biển chỉ dành cho _____ số lượng lớn thôi ạ.

회사에서 보내시는 건가요, 개인적으로 보내시는 건가요?

해운 운송 서비스는 대량의 회사 물건만 보내실 수 있어요.

À, tôi chỉ gửi một ít đồ _____ thôi.

아, 개인적으로 물건 몇 개만 보낼 거예요.

❷ 운송 가능한 물품인지 확인하기

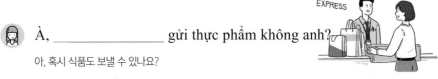

À, _____ gửi thực phẩm không anh?

아, 혹시 식품도 보낼 수 있나요?

Chỉ được gửi thực phẩm khô và không chứa thịt thôi chị ạ.

Chị _____ thông tin _____ đây, nếu có

đồ gì _____ được, em sẽ gọi lại cho chị sau.

건조된 것과 고기가 들어가지 않은 식품만 가능해요. 여기 정보를 작성해주세요. 보낼 수 없는 게
있으면 연락드릴게요.

🎧 Track 15-03

1 녹음을 들으며 빈칸을 채워 보세요.

❶   Chị gửi hàng _____ hay hàng cá nhân hả chị?

❷   Chị _____ trên 10 cân sẽ có giá tốt _____.

❸   _____ khoảng 2 đến 3 ngày là sẽ đến _____ người _____
    ở Hàn Quốc.

2 다음 문장에 알맞은 단어를 고르세요.

❶   Thế (đường biển / đường bay) giá như thế nào hả anh?
    그럼 항공 운송은 가격이 어떻게 되나요?

❷   Chỉ được gửi thực phẩm (khô / kho) và không chứa thịt thôi chị ạ.
    건조된 것과 고기가 들어가지 않은 식품만 가능해요.

❸   Chị (điền / điện) thông tin vào đây.
    여기 정보를 작성해주세요.

3 제시된 한국어를 참고하여 주어진 단어를 어순에 맞게 배열하세요.

❶   không   có   riêng   tốn phí thông quan

    _____

    통관 수수료도 내야 하나요?

❷   giấy tờ   quần áo   một ít   và

    _____

    옷이랑 서류요.

❸   lại   em   sau   gọi   cho   chị   sẽ

    _____

    다시 연락드릴게요.

① 학습 목표

❶ 물건이 도착했는지 확인할 수 있다.

❷ 추가 비용이 있는 지 물어볼 수 있다.

② 단어 알아보기

🎧 Track 16-01

단어	뜻	단어	뜻
chuyện	일	đem	들고 가다, 가지고 가다
vận chuyển	운송하다, 운반하다	đóng	부과하다
kho	창고	tất cả	전부, 모두
tối nay	오늘 저녁	hư hỏng	고장나다

🎧 **Track 16-02**

👮 A lô. Chào chị. Chị ❶ _____ Hyojung không ạ?

👩 Phải anh. Có chuyện gì không?

👮 À, em là nhân viên bên công ty ❷ _____ quốc tế ABC.
Chị có hàng gửi từ Hàn Quốc qua đúng không ạ?

👩 Đúng rồi anh. Hàng ❸ _____ ạ?

👮 Vâng, hàng đến kho hôm nay rồi chị.
Bây giờ hoặc ❹ _____ chị có nhà không ạ?

👩 Tối khoảng ❺ _____ tôi có nhà đó anh.

👮 Vâng.
Thế 7 giờ tối em cho ❻ _____ đem hàng cho chị nhé.

👩 Ok anh.
Tôi có phải đóng ❼ _____ phí gì không?

👮 Không ạ.
Tất cả các chi phí đã được người gửi trả hết rồi.
Chị nhận hàng và kiểm tra giúp em có ❽ _____ gì hay
không nhé.

듣기 대본 145쪽

1 보기의 단어 중 빈칸에 알맞은 단어를 넣어 문장을 완성하세요.

보기 **chuyện**   **đến**   **hàng**

❶ Có _____ gì không?

무슨 일인가요?

❷ Chị có _____ gửi từ Hàn Quốc qua đúng không ạ?

한국에서 보낸 소포가 있으시죠?

❸ Hàng _____ rồi ạ?

물건이 도착했나요?

2 내용이 맞으면 O, 틀리면 X를 표시하세요.

❶ Hàng đến kho đêm qua rồi.   (   )

❷ Tối này chị ấy không có ở nhà.   (   )

❸ Chị ấy phải đi lấy hàng ở công ty vận chuyển.   (   )

3 다음 질문에 알맞은 대답을 베트남어로 써 보세요.

❶ 여자에게 전화를 건 사람은 누구인가요?

_____

❷ 여자는 언제 물건을 받기로 했나요?

_____

❸ 왜 여자는 추가 비용을 내지 않아도 되나요?

_____

1

Tất cả các chi phí đã được người gửi trả hết rồi.

모든 비용은 보낸 분이 지불했어요.

📖 'tất cả các + 명사'는 '모든'이라는 의미의 'tất cả'와 복수를 나타내는 'các'이 합쳐진 표현으로 '모든 명사들'이라는 의미가 됩니다.

Tất cả các sinh viên phải đến lớp trước 9 giờ.

모든 학생들은 9시 전에 교실에 와야합니다.

Tất cả các nhân viên chưa về nhà được.

모든 직원들은 아직 집에 갈 수 없어요.

2

Tất cả các chi phí đã được người gửi trả hết rồi.

모든 비용은 보낸 분이 지불했어요.

📖 '전부, 모두'라는 의미의 'hết'이 동사 뒤에 쓰여 '동사 + hết' 은 '전부 / 모두 ~하다'라는 의미입니다.

Em ăn hết đi!

전부 먹어요!

Tôi hiểu hết rồi.

나는 전부 이해했어요.

3

Chị nhận hàng và kiểm tra giúp em có hư hỏng gì

hay không nhé.

물건을 받으시면 이상 없는지 확인 부탁드립니다.

📖 '~인지 아닌지'라는 의미를 나타내는 '~hay không'은 선택의문사 'hay' 뒤에 부정을 나타내는 'không'이 합쳐진 표현입니다.

Tôi muốn biết anh ấy tham gia hay không.

나는 그가 참가하는지 하지 않는지 알고 싶어요.

Tôi chưa quyết định gặp anh ấy hay không.

나는 그를 만날지 말지 아직 결정하지 못 했어요.

> 단어 **tham gia** 참가하다 | **quyết định** 결정하다

보고 말하기 그림을 보고 주어진 대화를 완성해 보세요.

---

① 물건이 도착했는지 확인하기

👤 Em là _____ bên công ty

vận chuyển quốc tế ABC.

Chị có hàng _____ Hàn Quốc qua đúng không ạ?

저는 ABC 국제운송 회사 직원이에요.

한국에서 보낸 소포가 있으시죠?

👩 _____ anh. Hàng đến rồi ạ?

맞아요. 물건이 도착했나요?

👤 Vâng, hàng đến _____ hôm nay rồi chị.

네, 오늘 창고에 도착했어요.

---

② 추가 비용 물어보기

👩 Tôi có phải đóng thêm _____

không?

혹시 다른 추가 비용이 있나요?

👤 Không ạ. Tất cả các chi phí đã được người gửi _____

rồi. Chị nhận hàng và _____ giúp em có hư hỏng gì

hay không nhé.

없어요. 모든 비용은 보낸 분이 지불했어요. 물건을 받으시면 이상없는지 확인 부탁드립니다.

🎧 Track 16-03

1 녹음을 들으며 빈칸을 채워 보세요.

❶　Chị _____ Hyojung không ạ?

❷　Vâng, hàng _____ kho _____ rồi chị.

❸　Thế 7 giờ tối _____ nhân viên _____ cho chị nhé.

2 다음 문장에 알맞은 단어를 고르세요.

❶　Em là nhân viên bên công ty (vẩn chuyện / vận chuyển) quốc tế ABC.
저는 ABC 국제운송 회사 직원이에요.

❷　Tôi có phải (đông / đóng) thêm phí gì không?
혹시 다른 추가 비용이 있나요?

❸　Tất cả các chi phí đã được người (gửi / nhận) trả hết rồi.
모든 비용은 보낸 분이 지불했어요.

3 제시된 한국어를 참고하여 주어진 단어를 어순에 맞게 배열하세요.

❶　gì　không　có　chuyện

_____

무슨 일인가요?

❷　có nhà　hoặc　tối nay　chị　không　bây giờ

_____

지금 아니면 오늘 저녁에 집에 계신가요?

❸　hư hỏng　giúp　hay　em　có　gì　nhé　kiểm tra　không

_____

이상 없는지 확인 부탁드립니다.

① 학습 목표

❶ 헬스장 이용 시간과 비용을 문의할 수 있다.

❷ 트레이너 여부를 문의할 수 있다.

② 단어 알아보기

🎧 Track 17-01

단어	뜻	단어	뜻
phòng tập gym	헬스장, 체육관	nhu cầu	요구
mở cửa	문을 열다	tập luyện	운동하다, 연습하다
đóng cửa	문을 닫다	phí đăng ký	등록비
mấy giờ	몇 시	gói	패키지
trừ	제외하다	lựa chọn	선택하다, 고르다
Tết	설(명절)	huấn luyện viên	코치, 트레이너
nghỉ	쉬다, 휴식하다	tư vấn	자문하다, 상의하다
nào cả	어떤 것도	quá trình	과정
thiết bị	시설, 장비	thay phiên	교대로 하다
cần thiết	필수적인	thoải mái	편안한
phục vụ	서비스		

🎧 Track 17-02

Xin chào. Tôi muốn đăng ký phòng tập gym. Chị ❶ _____

một ít thông tin được không?

Vâng. Anh muốn hỏi gì?

Phòng gym mở và ❷ _____ lúc mấy giờ?

Tôi có thể sử dụng vào lúc nào?

Chỗ em mở từ 8 giờ sáng đến 10 giờ đêm. Thời gian tập gym là từ 8

giờ đến 9 giờ. Trừ Tết ra thì không nghỉ ngày ❸ _____ ạ.

Ở đây có những thiết bị nào chị nhỉ?

Có tất cả những ❹ _____ cần thiết phục vụ cho nhu cầu

tập luyện của khách hàng đấy ạ. Anh có thể vào kiểm tra luôn ạ.

Vâng. Phí đăng ký là bao nhiêu ạ?

Có nhiều loại gói cho anh ❺ _____ .

Gói 1 tháng 3 triệu, 6 tháng 8 triệu, 12 tháng 10 triệu ạ.

Ở đây có huấn luyện viên không chị? Tôi muốn xin

❻ _____ trong quá trình luyện tập.

Có 2 ❼ _____ thay phiên nhau vào các ngày trong tuần.

Trong quá trình tập, nếu có gì cần hỏi thì anh cứ hỏi thoải mái nhé.

Thế thì tôi đăng ký gói ❽ _____ nhé.

듣기 대본 146쪽

1 보기의 단어 중 빈칸에 알맞은 단어를 넣어 문장을 완성하세요.

> 보기   **phí**   **sử dụng**   **trừ**

❶ Tôi có thể _____ vào lúc nào?

이용은 언제 할 수 있어요?

❷ _____ Tết ra thì không nghỉ ngày nào cả ạ.

설날을 제외하고는 쉬지 않아요.

❸ _____ đăng ký là bao nhiêu ạ?

등록비는 얼마예요?

2 내용이 맞으면 O, 틀리면 X를 표시하세요.

❶ Anh ấy muốn đăng ký phòng tập gym.   (   )

❷ Cả năm phòng tập gym này không có ngày nghỉ.   (   )

❸ Phí đăng ký tùy theo loại gói.   (   )

3 다음 질문에 알맞은 대답을 베트남어로 써 보세요.

❶ 이 헬스장은 몇 시부터 몇 시까지 이용할 수 있나요?

_____

❷ 이 헬스장에는 어떤 운동 기구들이 있나요?

_____

❸ 왜 남자는 트레이너가 있는지 물어봤나요?

_____

1

Thời gian tập gym là từ 8 giờ đến 9 giờ.
헬스장 이용 시간은 오전 8시부터 밤 9시까지 예요.

📖 '시간'이라는 의미인 'thời gian'은 뒤에 동사와 결합하여 'thời gian + 동사'의 형태로 쓰여 '~하는 시간'이라는 표현입니다.

Thời gian ăn sáng là từ 7 giờ đến 9 giờ.　아침 식사 시간은 7시부터 9시까지 입니다.

Thời gian ngủ trưa là từ 12 giờ đến 1 giờ.　낮잠 시간은 12시부터 1시까지 입니다.

2

Trừ Tết ra thì không nghỉ ngày nào cả ạ.
설날을 제외하고는 쉬지 않아요.

📖 '제외하다, 빼다'라는 의미인 'trừ'는 뒤에 오는 내용을 제외하고 말할 때 사용합니다.

Tôi thích tất cả các loại động vật trừ chuột.　나는 쥐를 빼고 모든 동물 종류를 좋아해요.

Mọi người trông hạnh phúc trừ anh ấy.　그를 제외한 모든 사람들이 행복해 보여요.

3

Trong quá trình tập, nếu có gì cần hỏi thì anh cứ hỏi thoải mái nhé.
운동하실 때 문의 사항 있으면 편하게 물어보세요.

📖 '만약 ~하면'이라는 표현인 'nếu ~ thì' 사이에 동사 'có'와 '~것'이라는 의미인 'gì'가 합쳐져 '만약 ~한 것 있으면 ~한다'라는 의미입니다.
이때, 'gì'는 의문사가 아닌 '~것'이라는 의미입니다.

Nếu có gì không hiểu thì bạn gọi điện thoại cho tôi nhé.　만약 이해가 가지 않는 것이 있으면 나에게 전화해요.

Nếu có gì bất tiện thì bạn cứ nói nhé.　만약 불편한 것이 있으면 말하세요.

> 단어 **động vật** 동물 | **mọi**+명사 모든 | **bất tiện** 불편한

---

① 헬스장 이용 시간과 비용 문의하기

Phòng gym mở và đóng cửa lúc mấy giờ?

Phí _____ là _____ ạ?

몇 시에 오픈하고 몇 시 문을 닫나요? 등록비는 얼마예요?

Chỗ em mở từ 8 giờ _____ đến 10 giờ

_____. _____ tập gym là từ 8 giờ đến 9

giờ. Gói 1 tháng 3 triệu, 6 tháng 8 triệu, 12 tháng 10 triệu ạ.

저희는 오전 8시부터 밤 10시까지 오픈해요. 헬스장 이용 시간은 오전 8시부터 밤 9시까지예요.
1개월에 3백만 동, 6개월에 8백만 동, 12개월에 천만 동이에요.

---

② 트레이너 여부 문의하기

Ở đây có huấn luyện viên không chị?

Tôi muốn xin tư vấn trong _____ luyện tập.

여기는 트레이너가 있나요? 운동할 때 조언을 좀 받고 싶어서요.

Có 2 huấn luyện viên _____ nhau vào các ngày

trong tuần. Trong quá trình tập, nếu có gì cần _____

thì anh cứ hỏi _____ nhé.

트레이너 두 분이 있는데 하루씩 교대로 봐드릴 거예요. 운동하실 때 문의 사항 있으면 편하게 물어보세요.

🎧 Track 17-03

1 녹음을 들으며 빈칸을 채워 보세요.

❶ Chị cho tôi hỏi _____ thông tin _____?

❷ Trừ _____ ra thì không _____ ngày nào cả ạ.

❸ Anh _____ vào kiểm tra _____ ạ.

2 다음 문장에 알맞은 단어를 고르세요.

❶ Ở đây có (nhưng / những) thiết bị nào chị nhỉ?
여기는 어떤 운동기구들이 있나요?

❷ Có nhiều loại gói cho anh (lưa chọn / lựa chọn).
이용권이 다양해서 선택하실 수 있어요.

❸ Có 2 huấn luyện viên thay phiên nhau vào các ngày (trống / trong) tuần.
트레이너 두 분이 있는데 하루씩 교대로 봐드릴 거예요

3 제시된 한국어를 참고하여 주어진 단어를 어순에 맞게 배열하세요.

❶ sử dụng　tôi　có thể　lúc nào　vào

_____

이용은 언제 할 수 있어요?

❷ tôi　trong　tư vấn　luyện tập　xin　quá trình　muốn

_____

운동할 때 조언을 좀 받고 싶어서요.

❸ 6 tháng　tôi　gói　nhé　đăng ký　thế thì

_____

그러면 저 6개월 이용권 등록할게요.

1 학습 목표

❶ 이용 시설의 위치를 물어볼 수 있다.

❷ 비치된 물품에 대해 문의할 수 있다.

2 단어 알아보기

🎧 Track 18-01

단어	뜻	단어	뜻
thay áo	옷을 갈아입다	bên ngoài	바깥쪽
phòng thay đồ	탈의실	phòng tắm	샤워실
nam	남자	khăn tắm	수건
chìa khóa	열쇠	dầu gội	샴푸
tủ đựng đồ	락커, 사물함	sữa tắm	바디워시
treo	걸다, 매달다	thiếu	부족한
tủ áo	옷장	nói	말하다

🎧 Track 18-02

👩 Chào anh. Anh ❶ [   ] ạ?

👨 Chị ơi, tôi ❷ [   ] ở đâu chị?

👩 Anh đi thẳng rồi ❸ [   ] thì sẽ thấy phòng thay đồ nam
đấy ạ.

👨 Tôi chưa nhận được ❹ [   ] tủ đựng đồ.
Chìa khóa lấy ở đâu hả chị?

👩 Chìa khóa được ❺ [   ] sẵn trong tủ
phòng thay đồ. Anh dùng tủ nào cũng được anh nhé.

👨 Phòng tắm ở chỗ phòng thay đồ luôn hay sao chị?
Có ❻ [   ] khăn tắm chứ ạ?

👩 Đúng rồi anh. Trong tủ áo có sẵn khăn tắm, ❼ [   ] và
sữa tắm nhé. Nếu [   ] thì anh ra nói, em sẽ đưa thêm ạ.

👨 Ok. Cảm ơn chị.

듣기 대본 147쪽

1 보기의 단어 중 빈칸에 알맞은 단어를 넣어 문장을 완성하세요.

보기	**thay**	**khăn tắm**	**chìa khóa**

❶ Tôi _____ áo ở đâu chị?
옷은 어디서 갈아입나요?

❷ _____ lấy ở đâu hả chị?
키는 어디서 받아요?

❸ Có sẵn _____ chứ ạ?
수건 있죠?

2 내용이 맞으면 O, 틀리면 X를 표시하세요.

❶ Anh ấy không biết chỗ phòng thay áo. ( )

❷ Anh ấy nhận được chìa khóa tủ đựng đồ rồi. ( )

❸ Ở đây không có khăn tắm nên anh ấy phải mang theo khăn tắm từ nhà. ( )

3 다음 질문에 알맞은 대답을 베트남어로 써 보세요.

❶ 락커 키는 어디에 있나요?
_____

❷ 락커 안에는 어떤 물품들이 있나요?
_____

❸ 만약 수건이 부족하면 여자는 어떻게 하라고 했나요?
_____

1

> ### Chìa khóa được treo sẵn trong tủ áo ở bên ngoài phòng thay đồ.
> 키는 탈의실 밖 락커에 걸려 있어요.

📖 'sẵn'은 '이미 있는'이라는 의미로 동사 뒤에 사용하여 '이미 ~하다'라는 표현입니다.

Tôi có sẵn nhiều nguyên liệu.	나는 이미 많은 재료를 가지고 있어요.
Tôi quyết định sẵn đi nơi nào.	나는 이미 어느 장소로 갈지 정했어요.

2

> ### Anh dùng tủ nào cũng được anh nhé.
> 어느 락커든 사용하시면 돼요.

📖 '명사 + nào(어느) + cũng(~도 역시) + 서술어'는 '어느 명사든지 ~해요, 모든 명사가 ~해요'라는 의미입니다.

Nơi nào cũng mát mẻ.	어느 장소든지 시원해요.
Người nào cũng tuyệt vời.	어느 사람이든지 멋있어요.

3

> ### Có sẵn khăn tắm chứ ạ?
> 수건 있죠?

📖 문장 끝에 'chứ'를 붙이면 '(당연히) ~하죠?'라는 의문문이 됩니다.
이 의문문은 상대방이 긍정으로 답변하기를 원하는 뉘앙스가 담겨있습니다.

Bạn thích học ngoại ngữ chứ?	당신은 외국어 공부하는 것을 좋아하죠?
Các bạn thấy nhà này đẹp chứ?	여러분은 이 집이 예쁘다고 생각하는 거죠?

> 단어 **nguyên liệu** 재료 | **mát mẻ** 시원한 | **tuyệt vời** 멋있는

6 보고 말하기 그림을 보고 주어진 대화를 완성해 보세요.

1 이용 시설의 위치 물어보기

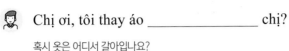

Chị ơi, tôi thay áo _____ chị?

혹시 옷은 어디서 갈아입나요?

Anh _____ rồi rẽ phải thì sẽ thấy _____
đấy ạ.

직진해서 오른쪽으로 가시면 남자 탈의실이 있어요.

2 비치된 물품에 대해 문의하기

Phòng tắm ở chỗ _____ luôn
hay sao chị? Có sẵn khăn tắm chứ ạ?

샤워실은 탈의실 쪽에 있나요? 수건 있죠?

Đúng rồi anh. Trong _____ có sẵn khăn tắm,
dầu gội và sữa tắm nhé. Nếu thiếu thì anh ra nói, em sẽ
_____ thêm ạ.

맞아요. 락커 안에 수건, 샴푸, 바디워시가 있어요. 부족하면 나와서 말씀해 주세요, 더 드릴게요.

🎧 Track 18-03

1 녹음을 들으며 빈칸을 채워 보세요.

❶ Anh _____ rồi rẽ phải thì _____ phòng thay đồ nam đấy ạ.

❷ Tôi _____ nhận được chìa khóa _____.

❸ _____ được treo sẵn _____ tủ bên ngoài _____.

2 다음 문장에 알맞은 단어를 고르세요.

❶ Phòng (tăm / tắm) ở chỗ phòng thay đồ luôn hay sao chị?
샤워실은 탈의실 쪽에 있나요?

❷ Trong tủ áo có sẵn khăn tắm, dầu gội và (sữa tắm / sửa tăm) nhé.
락커 안에 수건, 샴푸, 바디워시가 있어요.

❸ Nếu (thiêu / thiếu) thì anh ra nói, em sẽ đưa thêm ạ.
부족하면 나와서 말씀해 주세요, 더 드릴게요.

3 제시된 한국어를 참고하여 주어진 단어를 어순에 맞게 배열하세요.

❶ tôi   thay áo   chị   ở đâu

_____

옷은 어디서 갈아입나요?

❷ ở đâu   lấy   hả   chị   chìa khóa

_____

키는 어디서 받아요?

❸ chứ   ạ   sẵn   có   khăn tắm

_____

수건 있죠?

① 학습 목표

❶ 이용하고 싶은 마사지에 대해 말할 수 있다.

❷ 팁에 대해 물어볼 수 있다.

② 단어 알아보기

🎧 Track 19-01

단어	뜻	단어	뜻
trước	먼저, 전에	thường	보통의
tên	이름	lối	길, 통로
mát xa	마사지	thay	갈아입다
toàn thân	전신	đắt tiền	비싼
chân	발	hướng dẫn	안내하다

👩 Chào chị ạ. Chị đã đặt lịch trước chưa?

👩 Tôi ❶ _____ chị.

👩 Cho em biết tên của chị nhé.

👩 Kim ạ.

👩 Vâng chị. Chị muốn mát xa toàn thân hay ❷ _____ ạ?

👩 Mát xa toàn thân thì đã bao gồm mát xa chân rồi đúng không?

👩 Dạ, ❸ _____ ạ. Chị có thể chọn gói gồm mát xa
toàn thân và chân chị nhé.

👩 Gói đó bao nhiêu chị?

👩 Có ❹ _____ gói như trong hình nhưng thường khách
bên em hay làm gói B, là mát xa toàn thân 60 phút và mát xa chân
60 phút. Gói này thì 300 ạ.

👩 Thế cho tôi gói B nhé. Tôi phải ❺ _____ tiền tip không ạ?

👩 Tip thì chị muốn đưa bao nhiêu ❻ _____ ạ.

👩 Ok. Tôi vào phòng nào chị nhỉ?

👩 Vâng. Mời chị đi ❼ _____ ạ. Chị thay sang đồ này rồi
treo quần áo ở đây. Đồ nào đắt tiền thì chị cứ cầm theo nhé.

👩 Vâng.

👩 Khi nào thay xong thì chị đến kia ngồi chờ chút.
Sẽ có nhân viên ra ❽ _____ cho chị đấy ạ.

듣기 대본 148쪽

앞에 제시된 내용을 잘 생각하며 다음 문제를 풀어보세요.

1 보기의 단어 중 빈칸에 알맞은 단어를 넣어 문장을 완성하세요.

보기	chân	toàn thân	đặt lịch

❶ Chị đã _____ trước chưa?
예약하셨나요?

❷ Chị muốn mát xa _____ hay thế nào ạ?
전신 마사지 원하시나요, 아니면 어떤 걸로 받고 싶으세요?

❸ Mát xa toàn thân thì đã bao gồm mát xa _____ rồi đúng không?
전신 마사지에 발 마사지도 포함되는 것이 맞죠?

2 내용이 맞으면 O, 틀리면 X를 표시하세요.

❶ Chị ấy đặt rồi.   (   )

❷ Chị ấy chỉ muốn mát xa toàn thân thôi.   (   )

❸ Tiền tip là 50.000 đồng cho 1 lần.   (   )

3 다음 질문에 알맞은 대답을 베트남어로 써 보세요.

❶ 이 마사지 숍의 손님들은 대부분 어떤 마사지를 받나요?

_____

❷ 그 마사지는 가격이 얼마인가요?

_____

❸ 직원은 손님에게 마사지 실로 들어갈 때 무엇을 챙겨가라고 말했나요?

_____

5 핵심 표현 이해하기   회화 속 핵심 표현을 익혀보세요.

1

Có các loại gói như trong hình.
사진에서 보시는 것처럼 다양한 패키지가 있어요.

📖 '~(와)과 같은, ~처럼'이라는 의미의 'như'는 명사구 앞에 위치합니다.

Anh ấy thích nhiều loại hoa quả như dưa hấu, cam và chanh.	그는 수박, 오렌지, 레몬과 같은 많은 종류의 과일을 좋아해요.
Ở đây có nhiều người châu Âu như người Anh, người Ý.	여기에는 영국인, 이탈리아인과 같은 많은 유럽 사람이 있어요.

2

Tip thì chị muốn đưa bao nhiêu cũng được ạ.
팁은 얼마를 주시든 괜찮아요.

📖 '얼마나 많이'라는 의미인 'bao nhiêu', '~도 역시'라는 의미인 'cũng' 그리고 가능을 나타내는 'được'이 합쳐져 '얼마를 ~해도 괜찮아요, 얼마를 ~해도 돼요'라는 의미가 됩니다.

Bạn lấy bao nhiêu cũng được.	얼마를 가져가든 괜찮아요.
Bạn mượn bao nhiêu cũng được.	얼마를 빌려가든 괜찮아요.

3

Đồ nào đắt tiền thì chị cứ cầm theo nhé.
귀중품은 가지고 가시면 돼요.

📖 '명사 + nào(어느) + 서술어 + thì~'는 '~한 명사는 ~해요'라는 의미입니다.

Phòng nào rẻ tiền thì không thoải mái.	저렴한 방은 편안하지 않아요.
Cái nào cũ thì bạn để ở đây nhé.	낡은 것은 여기에 두세요.

> 단어 **châu Âu** 유럽 | **mượn** 빌리다 | **để** 두다, 놓다

보고 말하기 그림을 보고 주어진 대화를 완성해 보세요.

---

① 이용하고 싶은 마사지 말하기

~CLINIC~

Chị có thể _____ gói gồm mát xa toàn thân và chân chị nhé. Có các loại gói như _____ nhưng thường khách bên em hay làm gói B, là mát xa toàn thân 60 phút và mát xa chân 60 phút. _____ này thì 300 ạ.

패키지를 선택하실 수 있는데, 전신 마사지와 발 마사지가 같이 포함되어 있어요. 사진에서 보시는 것처럼 다양한 패키지가 있는데 저희 숍에 오신 고객분들 대부분은 전신 마사지 60분, 발 마사지 60분인 B 패키지를 하세요. 이 패키지는 30만 동이에요.

Thế cho tôi gói B nhé.

그럼 B 패키지로 해주세요.

---

② 팁 물어보기

Tôi phải đưa tiền tip không ạ?

팁은 따로 드려야 하나요?

Tip thì chị muốn đưa _____ cũng được ạ.

팁은 얼마를 주시든 괜찮아요.

Ok. Tôi _____ phòng _____ chị nhỉ?

네. 어디로 들어가나요?

Vâng. Mời chị đi lối này ạ.

네. 이쪽으로 오세요.

🎧 Track 19-03

1 녹음을 들으며 빈칸을 채워 보세요.

❶ Chị muốn _____ toàn thân _____ thế nào ạ?

❷ Chị thay sang _____ rồi _____ quần áo ở đây.

❸ Sẽ có _____ ra hướng dẫn _____ đấy ạ.

2 다음 문장에 알맞은 단어를 고르세요.

❶ Chị đã (đắt / đặt) lịch trước chưa?
예약하셨나요?

❷ Chị có thể chọn gói gồm mát xa toàn thân và (chăn / chân) chị nhé.
패키지를 선택하실 수 있는데, 전신 마사지와 발 마사지가 같이 포함되어 있어요.

❸ Khi nào (xong thay / thay xong) thì chị đến kia ngồi chờ chút.
옷을 다 갈아 입으셨으면 거기에 앉아서 잠깐 기다려주세요.

3 제시된 한국어를 참고하여 주어진 단어를 어순에 맞게 배열하세요.

❶ cho   nhé   tên   em   biết   của   chị

_____

성함 알려주세요.

❷ tôi   tiền tip   không   phải   ạ   đưa

_____

팁은 따로 드려야 하나요?

❸ đi   chị   lối   ạ   mời   này

_____

이쪽으로 오세요.

① 학습 목표

❶ 마사지를 받을 때 강도에 대해 요청할 수 있다.

❷ 마사지를 받고 싶은 부분에 대해 말할 수 있다.

② 단어 알아보기

🎧 Track 20-01

단어	뜻	단어	뜻
nằm	눕다	văn phòng	사무실
phần	부분	kỹ	주의깊게, 정성들여
lưng	허리	thoải mái	편안한
thả lỏng	이완하다	thay đồ	옷을 갈아입다
người	신체, 몸	thanh toán	계산하다
nhẹ	가벼운		

Chào chị. Chị ❶ _____ ở đây nhé.

Em sẽ mát xa phần _____ cho mình trước ạ.

Chị thả lỏng người ra nhé.

Hơi đau chị ạ. Chị ❷ _____ hơn chút nhé.

❸ _____ thế này được chưa chị?

Được rồi chị. Bình thường tôi làm ❹ _____ nên cổ hơi

đau. Chị mát xa cổ kỹ giúp tôi nhé.

Vâng ạ. Nếu đau thì chị ❺ _____ cho em nhé.

Xong rồi ạ. Chị còn muốn làm thêm ❻ _____ nào

_____ không?

Không chị. ❼ _____ lắm.

Vâng. Giờ chị đi ra thay đồ và ❽ _____ chị nhé.

Cảm ơn chị ạ.

듣기 대본 149쪽

④ 내용 확인 하기   앞에 제시된 내용을 잘 생각하며 다음 문제를 풀어보세요.

1 보기의 단어 중 빈칸에 알맞은 단어를 넣어 문장을 완성하세요.

보기	thêm	cổ	người

① Chị thả lỏng _____ ra nhé.
몸에 힘 빼주세요.

② Chị mát xa _____ kỹ giúp tôi nhé.
목 부분을 좀 많이 해주세요.

③ Chị còn muốn làm _____ chỗ nào khác không?
마사지 더 받고 싶은 부분이 있으신가요?

2 내용이 맞으면 O, 틀리면 X를 표시하세요.

① Chị ấy mát xa từ cổ.   (   )

② Chị ấy muốn làm mát xa nhẹ hơn.   (   )

③ Làm mát xa xong, chị ấy thấy rất thoải mái.   (   )

3 다음 질문에 알맞은 대답을 베트남어로 써 보세요.

① 왜 손님은 약하게 마사지 해달라고 했나요?

_____

② 왜 손님은 목 부분에 마사지를 집중적으로 해달라고 했나요?

_____

③ 직원은 마사지가 끝난 후 손님에게 어떻게 하라고 했나요?

_____

1

Hơi đau chị ạ.
약간 아파요

📖 'hơi'는 서술어 앞에 사용하며, '약간'이라는 의미입니다.

Trời hôm nay hơi nóng.   오늘 날씨가 약간 더워요.

Giá phòng này hơi đắt.   이 방 가격은 약간 비싸요.

2

Bình thường tôi làm văn phòng nên cổ hơi đau.
보통 사무실에 앉아서 일해서 목이 약간 아파요.

📖 'bình thường'이 문장 맨 앞에 쓰이면 '보통 ~해요'라는 의미가 됩니다.

Bình thường tôi về nhà lúc 8 giờ tối.   보통 나는 저녁 8시에 집에 가요.

Bình thường người ta đi chơi vào   보통 사람들은 주말에 놀러 가요.
cuối tuần.

3

Chị mát xa cổ kỹ giúp tôi nhé.
목 부분을 좀 많이 해주세요.

📖 'kỹ'는 '신중히, 주의깊게'라는 의미로 동사 뒤에 쓰이면 '신중히 ~하다'라는 의미가
됩니다.

Bạn sũy nghĩ kỹ đi!   깊게 생각해 봐!

Bạn xem kỹ tài liệu này giúp tôi.   이 자료를 잘 봐주세요.

> 단어 **người ta** 사람들 | **tài liệu** 자료

❶ 마사지 강도에 대해 요청하기

🧑 _____ chị ạ. Chị làm nhẹ hơn

chút nhé.

약간 아파요. 조금 더 약하게 해주세요.

👩 Như thế này được chưa chị?

이정도 괜찮으신가요?

🧑 _____ chị.

네 좋아요.

❷ 마사지 받고 싶은 부분에 대해 말하기

🧑 Bình thường tôi _____ nên

cổ hơi đau.

사무실에 앉아서 일해서 목 부분을 좀 많이 해주세요.

👩 Vâng ạ. _____ thì chị cứ nói cho em nhé.

네. 아프시면 말씀해 주세요.

👩 Xong rồi ạ. Chị còn _____ thêm chỗ nào khác không?

끝났습니다. 마사지 더 받고 싶은 부분이 있으신가요?

🧑 Không chị. Thoải mái lắm.

없어요. 아주 편안하네요.

🎧 Track 20-03

1 녹음을 들으며 빈칸을 채워 보세요.

❶ Em sẽ mát xa _____ cho mình _____ ạ.

❷ _____ tôi làm văn phòng nên _____ hơi đau.

❸ _____ chị đi ra _____ và thanh toán chị nhé.

2 다음 문장에 알맞은 단어를 고르세요.

❶ Chị (năm / nằm) ở đây nhé.
여기 누우세요.

❷ Nếu đau thì chị (nói cứ / cứ nói) cho em nhé.
아프시면 말씀해 주세요.

❸ Chị còn muốn làm thêm (chỗ nào / nào chỗ) khác không?
마사지 더 받고 싶은 부분이 있으신가요?

3 제시된 한국어를 참고하여 주어진 단어를 어순에 맞게 배열하세요.

❶ người   chị   ra   nhé   thả lỏng

_____

몸에 힘 빼주세요.

❷ hơn   chị   nhẹ   chút   nhé   làm

_____

조금 더 약하게 해주세요.

❸ giúp   chị   kỹ   tôi   nhé   mát xa   cổ

_____

목 부분을 좀 많이 해주세요.

🎧 듣기 대본 및 정답

베트남어
실전 듣기·말하기 Ⅰ

Chị ❶ muốn đi đâu ạ?
손님, 어디로 모실까요?

Anh ❷ có biết khách sạn ABC ở đâu không?
ABC라는 호텔이 어디에 있는지 아세요?

Khách sạn này có nhiều chi nhánh lắm, chị có địa chỉ cụ thể hơn không?
이 호텔은 지점이 많은데, 구체적인 주소를 아시나요?

Ở quận 3 đó anh, nhưng tôi không rõ nó ❸ nằm ở đường nào nữa.
3군인데, 어느 길에 있는지는 모르겠어요.

À, em biết ở đâu rồi. Chị ❹ lên xe đi ạ.
아, 어딘지 알겠어요. 차에 타세요.

Anh ơi, anh ❺ chạy nhanh hơn chút được không?
Tôi đang vội.
기사님, 더 빨리 가주실 수 있나요?
급해서요.

Được chị ạ.
Mình đến nơi rồi đó chị. Chị ❻ muốn xuống ở đâu?
네, 손님.
도착했어요. 어디 내리실 건가요?

Cho tôi ❼ xuống ở đây. Cảm ơn anh nhé.
여기에서 내려주세요. 감사합니다.

Dạ, ❽ cảm ơn chị nhé.
네, 감사합니다 손님.

A lô.
여보세요.

A lô. Chị ❶ đặt tắc xi phải không ạ?
여보세요. 택시 예약하신 분 맞으시죠?

Vâng, đúng rồi. Anh ❷ đến nơi chưa?
네, 맞아요. 도착하셨나요?

Em gần đến rồi đây. Chị đang ❸ đứng ở đâu đó chị?
곧 도착해요. 지금 어디에 서 계세요?

Giờ tôi đang đứng ❹ trước cửa trung tâm thương mại ABC.
Anh đến đây ❺ đón tôi được không?
지금 ABC 백화점 앞에 있어요.
여기로 와 주실 수 있나요?

Em ❻ sắp đến rồi, nhưng ngã tư phía trước đang tắc đường.
Em đón chị ở trước nhà hàng Hà Nội phía sau trung tâm thương mại được không ạ?
저 곧 도착하는데 앞에 사거리는 길이 막혀요.
혹시 백화점 뒤에 하노이 식당 앞에서 타시는건 어떠세요?

À, cũng được anh. Thế ❼ để tôi đi qua đó.
Khi nào anh đến thì gọi lại cho tôi nhé.
아, 괜찮아요. 그럼 제가 거기로 갈게요.
도착할 때 전화해 주세요.

Vâng chị, 5 phút nữa em ❽ đến liền.
네, 5분 안에 바로 도착합니다.

Anh ơi, chỗ anh cho ❶ thuê xe máy đúng không ạ?
저기요, 여기 오토바이 렌트하는 곳이죠?

Đúng rồi chị. Chị muốn thuê ❷ loại xe nào ạ?
Xe ga hay xe số?
네, 맞아요. 어떤 오토바이를 렌트하고 싶으세요?
자동 기어, 아니면 수동 기어요?

Tôi muốn thuê xe ga, có ❸ xe nào mà dễ lái không anh?
자동 기어 오토바이를 빌리고 싶은데, 운전하기 편한 게 있나요?

Có luôn chị, để em dẫn chị đi xem.
Chị ❹ định thuê bao lâu thế?
있어요, 안내해 드릴게요.
얼마나 대여하실 건가요?

Tôi định thuê trong 2 tháng.
두 달 빌리려고요.

Xe dễ lái thì em có vài chiếc nhè nhẹ như này, chị thích màu gì thì ❺ cứ chọn đi ạ.
Chị cho em xem ❻ bằng lái và hộ chiếu nhé.
운전하기 쉬운 오토바이는 가벼운 몇 대가 있어요. 좋아하는 색상으로 편하게 고르세요.
면허증이랑 여권 보여주세요.

Đây anh. Tiền thuê xe thế nào đấy anh?
여기요. 대여비는 어떻게 되나요?

Xe này thì 1 tháng là 2 triệu, còn ❼ tiền đặt cọc là 25 triệu.
이 오토바이는 한 달에 200만 동이고, 보증금은 2,500만 동이에요.

Thế cho tôi thuê xe này nhé.
그럼 이 오토바이로 해주세요.

Được chị.
Chị ❽ vào đây để bọn em làm thủ tục cho chị luôn ạ.
네, 손님. 여기로 들어오세요.
렌트 절차 진행해 드릴게요.

À, chỗ mình có cho ❶ thuê xe ô tô không anh?
아, 여기서 자동차도 렌트할 수 있나요?

Có ạ. Chị muốn thuê xe loại nào?
네, 있어요. 어떤 차 종류를 빌리고 싶으세요?

Tôi muốn thuê xe cỡ lớn, loại ❷ dành cho gia đình 7, 8 người ấy.
대형차이고, 가족 7, 8명 타려고 빌리고 싶어요.

Xe đó thì bên em có ạ. Chị muốn thuê ❸ trong mấy ngày?
그런 차 있어요. 며칠 동안 빌리실 건가요?

Trong 2 ngày.
이틀 동안이요.

Chị có ❹ bằng lái xe quốc tế không ạ?
국제면허증이 있으세요?

Không có, tôi chưa có bằng lái xe ô tô.
Bên anh có cho thuê ❺ cả lái xe không?
아니요, 아직 자동차 면허증이 없어요.
운전기사님 포함해서 렌트할 수 있나요?

Có ạ. Tiền thuê xe riêng là 2 triệu 1 ngày, còn tiền thuê tài xế là 1 triệu 1 ngày.
있어요. 자동차 렌트비는 하루 2백만 동이고, 운전기사 렌트비는 하루 1백만 동이에요.

Chi phí này có ❻ bao cơm chưa ạ?
이 비용에 식비가 포함되나요?

Tiền ăn thì chị phải ❼ trả riêng cho tài xế chị nhé.
Khoản này thì chị và tài xế có thể thương lượng với nhau.
운전기사 식비는 따로 지불하셔야 해요.
이 부분은 운전기사와 서로 협의하시면 돼요.

Ok anh, cho tôi ❽ thuê xe ô tô luôn ạ.
오케이, 자동차도 렌트해주세요.

Anh ơi, ❶ đổ đầy bình cho tôi ạ.
저기요, 가득 채워주세요.

Chị lái ❷ lên trước một chút ạ.
앞으로 조금만 가주세요.

Được chưa anh?
됐나요?

Được rồi chị. Chị muốn đổ đầy bình ạ?
Chị ❸ đổ xăng 92 hay 95 ạ?
네, 됐어요. 가득 채우시죠?
A92 휘발유로 넣을까요, 아니면 A95 휘발유로 넣을까요?

❹ Cho tôi xăng 95 nhé.
95로 넣어주세요.

Xong rồi ạ. ❺ Của chị hết 85 nghìn.
Chị có 5 nghìn lẻ không chị?
다 됐어요. 총 85,000동이에요.
오천 동짜리 있으세요?

Đây, tôi ❻ gửi anh nhé.
여기요.

Ở đây có **❶** sửa xe máy không ạ?

여기 오토바이 수리하나요?

Có chị. Xe chị **❷** bị gì hả?

네. 오토바이에 문제 있나요?

Vâng. Xe tôi đang đi thì tự dưng không **❸** nổ máy được.
Với lại, hình như lốp sau còn bị thủng nữa.

네. 가다가 갑자기 시동이 꺼졌어요. 그리고 뒤 타이어가 펑크난 것 같아요.

Chị chờ chút để em **❹** xem thử nhé.

잠시만요. 제가 확인해 볼게요.

Thế nào rồi anh?

어떻게 됐나요?

Hình như xe bị ngâm nước nên **❺** chết máy rồi chị. Lốp sau bị thủng hai lỗ.

안에 물이 들어가서 꺼진 것 같아요. 뒤 타이어는 펑크가 두 개 났고요.

Chắc do hôm qua mưa, đường ngập mà tôi lái xe về nên thế.
Sửa **❻** có lâu không anh?

어제 비가 와서 물에 잠긴 도로에서 오토바이를 탔더니 그런가 봐요.

수리하는데 오래 걸릴까요?

Bây giờ thì em chưa làm cho chị ngay được.
Chiều khoảng 3, 4 giờ **❼** chị đến lấy chị nhé.
Em vá lại lốp hay thay lốp mới cho chị đây ạ?

지금 바로 해드릴 수 없어요. 오후 3, 4시쯤 오시면 돼요.

타이어는 때워드릴까요? 아니면 새 것으로 바꿔드릴까요?

Anh **❽** thay lốp mới cho tôi luôn đi. Hết bao nhiêu tiền đó anh?

새 것으로 바꿔주세요. 총 얼마예요?

Tiền sửa xe thì phải sửa xong, em mới nói cho chị biết được ạ.

수리비는 수리가 끝나봐야 말씀드릴 수 있어요.

Chị ơi, ❶ còn vé đi từ Sài Gòn đến Mũi Né trong ngày mai không chị?
저기요. 내일 출발하는 사이공–무이네 표가 있나요?

Còn anh. Nhưng giờ chỉ còn vé đi lúc 3 giờ chiều và 10 giờ đêm thôi ạ.
Anh muốn đi ❷ chuyến nào?
있어요. 근데 오후 3시 출발 표와 밤 10시 출발 표만 있어요. 어떤 걸로 원하세요?

Chị đặt chuyến 3 giờ cho tôi nhé.
3시 출발 표로 주세요.

Anh muốn khoang ❸ ghế ngồi hay khoang giường nằm anh?
좌석칸을 원하세요, 아니면 침대칸을 원하세요?

Từ Sài Gòn đến Mũi Né thì đi có ❹ lâu không chị?
사이공에서 무이네까지 오래 걸리나요?

Đi gần 4 tiếng đó anh.
약 4시간쯤 걸려요.

Thế cho tôi khoang giường nằm đi chị.
그러면 침대칸으로 주세요.

Anh ❺ chọn khoang 4 người hay 6 người?
4인실, 아니면 6인실 어떤 걸로 하실 건가요?

Cho tôi khoang 4 người. À, cho tôi ❻ giường bên dưới được không ạ?
4인실로 주세요. 아, 아래 침대로 주실 수 있나요?

Được anh. Anh đặt mấy vé? Đi ❼ một chiều hay khứ hồi đây anh nhỉ?
네 가능해요. 몇 장 예매하세요? 편도표로 드릴까요, 아니면 왕복표로 드릴까요?

Tôi đặt vé đi một chiều.
편도표로 주세요.

Rồi anh. ❽ Giường số 15, khoang số 4, ở toa 6 anh nhé. Hết 219 nghìn anh ạ.
네, 됐습니다. 6호차 4호실 15번 침대입니다. 219,000동 주시면 됩니다.

Vâng. Cảm ơn chị nhé.
네. 감사합니다.

Anh ơi, tôi có thể đổi lên ❶ ghế đầu được không? Tôi bị say xe.
저기요, 혹시 맨 앞자리로 바꿔주실 수 있나요? 멀미날 것 같아서요.

Mấy ghế ở hàng đầu có người ❷ đặt rồi chị.
Còn ghế phía trước chị thôi ạ, chị có đổi không?
앞자리는 이미 예약되어 있어요. 손님 앞 자리만 남아 있는데 바꾸시겠어요?

Được anh. Cảm ơn anh nhé.
네. 감사합니다.

Anh ơi, còn ❸ bao lâu nữa đến Huế ạ?
저기요, 후에에 도착하는데 얼마나 걸리나요?

2 tiếng nữa. ❹ Sao chị?
두 시간이요. 왜 그러세요?

Tôi muốn ❺ đi vệ sinh quá, mình có dừng ở trạm nghỉ không anh?
저 화장실이 가고 싶은데, 휴게소에 들리나요?

Có chị, lát xe có ghé trạm nghỉ.
네, 이따가 휴게소에 들릴 거예요.

Anh chị ơi, đến trạm nghỉ rồi. Mình ❻ xuống xe ăn uống, nghỉ ngơi một lát.
20 phút sau mình xuất phát, mọi người nhớ quay lại đúng giờ nhé.
여러분, 휴게소에 도착했습니다. 차에서 내려서 식사하시고 조금 쉬세요.
20분 뒤에 출발할테니 시간 맞춰서 차로 돌아오세요.

Nhà vệ sinh ❼ ở đâu anh?
화장실은 어디에 있어요?

❽ Ở đằng kia chị.
저쪽에 있어요.

Cảm ơn anh.
감사합니다.

A lô. Khách sạn ABC ❶ xin nghe.

여보세요, ABC 호텔입니다.

Chào chị. Tôi muốn ❷ đặt phòng vào thứ 2 tuần sau.
Bên mình còn phòng trống không ạ?

안녕하세요. 다음주 월요일에 방을 예약하려고 해요. 빈 방이 있나요?

Anh muốn đặt ❸ mấy ngày ạ? Mình có bao nhiêu người anh nhỉ?

며칠 예약하실 건가요? 인원이 어떻게 되시나요?

Tôi định đặt từ thứ 2 đến thứ 5. Mình tôi ở thôi nên còn ❹ phòng đơn không ạ?

월요일부터 목요일까지요. 혼자라서 싱글룸 있나요?

Vâng, anh chờ một chút để em kiểm tra xem nhé.
Anh ơi, ngày hôm đó thì bên em chỉ còn phòng đôi thôi ạ.

네, 확인해보겠습니다. 잠시만 기다려 주세요.

손님, 그 기간에는 더블룸만 남아 있어요.

Thế à? Thế phòng đôi ❺ bao nhiêu tiền 1 đêm chị?

그래요? 그럼 더블룸은 1박에 얼마예요?

800.000 một đêm anh ạ.

1박에 80만 동입니다.

Cũng được, chị đặt 1 phòng đôi ❻ giúp tôi nhé.

그것도 괜찮아요, 더블룸 하나 예약해주세요.

Vâng. Anh cho em xin ❼ họ tên và số điện thoại để đặt phòng anh nhé.

네. 예약을 위해서 성함과 전화번호를 알려주세요.

Dạ, Nguyễn Văn Trí, 0905 123 456.

네, 응우이엔 반 찌, 0905 123 456이에요.

Vâng, phòng đã được đặt rồi anh ạ.
Thời gian check-in bên em là từ 2 giờ chiều và check-out lúc 12 giờ trưa. Nếu anh
đến trước 2 giờ thì bên em có hỗ trợ ❽ giữ hành lý cho mình đấy ạ.

Và tiền phòng 3 đêm là 2.400.000 đã bao gồm ăn sáng, sẽ thanh toán khi check-
out anh nhé.

네, 예약되었습니다.

체크인 시간은 오후 2시이고, 체크아웃 시간은 점심 12시입니다. 오후 2시 전에 도착하시면
짐을 보관해드릴 수 있습니다.

그리고 3박 비용은 2,400,000동이고 체크아웃 시 결제하시면 됩니다.

Ok, cảm ơn chị.

네, 감사합니다.

A lô, tiếp tân xin nghe. Quý khách **❶** cần gì ạ?

여보세요. 리셉션입니다. 무엇을 도와드릴까요?

Chị ơi, phòng tôi **❷** không có đủ khăn và giấy vệ sinh.
Chị mang cho tôi thêm 2 cái khăn nữa nhé.

방에 수건과 휴지가 없어요.

수건 두 개 더 가져다 주세요.

Xin lỗi anh. Em sẽ nói nhân viên mang **❸** lên phòng cho anh ngay.
Phòng anh là số mấy ạ?

죄송합니다. 저희 직원이 바로 가져다 드릴게요.

방 번호가 어떻게 되나요?

405 đấy chị. Mà bên mình ăn sáng từ **❹** lúc mấy giờ chị nhỉ?

405호예요. 그런데 조식은 몇 시부터 가능하나요?

Dạ, anh có thể dùng bữa sáng từ 7 giờ đến 9 giờ tại nhà hàng **❺** ở tầng 2 anh nhé.

오전 7시부터 9시까지 2층에 있는 식당에서 식사 가능합니다.

Vâng. À, đúng rồi!
Tôi muốn **❻** đi tham quan xung quanh đây xem như thế nào.
Có chỗ nào gần gần đây không chị?

네. 아, 맞다!

주변을 좀 다녀보고 싶어요.

근처에 갈만한 데가 있나요?

Gần đây thì anh có thể đến hồ Hoàn Kiếm.
❼ Đi bộ thì mất 15 phút còn đi tắc xi thì mất 5 phút thôi ạ.
Em gọi tắc xi cho anh nhé?

근처라면 호안끼엠 호수에 가보실 수 있어요.

걸어가면 15분, 택시로 가면 5분 밖에 안 걸려요.

택시 불러드릴까요?

Vâng, chị gọi giúp tôi **❽** một chiếc tắc xi đi.
Bây giờ tôi xuống luôn ạ. Cảm ơn chị nhé.

네, 택시 한 대 불러주세요. 지금 바로 내려갈게요.

감사합니다.

Chào anh! Anh cần gì ạ?
안녕하세요. 무엇을 도와드릴까요?

Tôi định **①** đi du lịch vào ngày lễ 30/4 sắp tới nhưng chưa biết là nên đi đâu. Chị có tour nào ok không?
4월 30일에 여행가려고 하는데 어디 가야할지 잘 모르겠어요. 괜찮은 투어가 있나요?

Vâng, anh định đi từ ngày mấy và ở lại đó bao lâu?
네, 며칠에 가시고 얼마나 머무를 예정이세요?

Tôi định đi 5 ngày, từ ngày 28/4 đến ngày 2/5.
4월 28일부터 5월 2일까지, 5일동안 가려고 해요.

Nếu anh muốn **②** ngắm biển thì em nghĩ anh nên đến Nha Trang hoặc Phú Quốc. Còn anh muốn leo núi hoặc ngắm cảnh rừng thì nên đến Sapa hoặc Đà Lạt anh nhé.
바다를 구경하고 싶으면 냐짱이나 푸꾸옥 가시는 게 좋고요.
그리고 등산하거나 숲을 보고 싶으면 사파나 달랏이 좋아요.

Ừm... Ở Nha Trang thì tôi có thể đi những đâu?
음... 냐짱에서는 어느 장소를 갈 수 있나요?

Nếu anh đi 5 ngày thì có tour 5 ngày 4 đêm sẽ phù hợp với mình đấy anh. Ngày đầu, bên em sẽ đón anh từ sân bay về khách sạn, sau đó sẽ đi tham quan Vinpearl Land. Ngày 2 sẽ đi tham quan 4 đảo, các ngày sau đó sẽ tham quan xung quanh thành phố, tắm bùn và Viện hải dương học.
5일이면 4박 5일 투어가 적합해요. 첫 날은 공항에서 픽업하고 호텔 도착 후에 빈펄랜드에 가는 일정이고요.
둘째 날은 네 개의 섬을 구경하고, 그 다음 날은 시내 관광, 머드 온천 체험과 해양학연구소 관람 프로그램이 있어요.

Đó là tour **③** trọn gói phải không chị?
이거 패키지 투어인거죠?

Đúng rồi anh. Trong tour trọn gói đã bao gồm chi phí khách sạn 4 sao, ăn uống, xe đưa đón, vé vào cửa các điểm du lịch và bảo hiểm du lịch.
Còn vé máy bay đến Nha Trang, vé cáp treo và các chi phí cá nhân phát sinh như thuê đồ lặn thì anh phải trả riêng ạ.
네, 맞아요. 패키지 투어에는 4성급 호텔 숙박비, 식비, 차량, 각종 입장권과 여행 보험 비용이 포함되어 있어요.
그리고 냐짱행 비행기 티켓, 케이블카 티켓, 스쿠버다이빙 장비 대여 같은 부가적인 발생 비용은 개인이 따로
지불하셔야 해요.

Có hướng dẫn viên chứ ạ?
가이드도 있는 거죠?

Có ạ. Hướng dẫn viên sẽ đi theo trong suốt hành trình tour đó anh.
Bên em có hỗ trợ tour có hướng dẫn viên tiếng Hàn, anh có muốn đặt không ạ? Chi phí sẽ đắt hơn tour bình thường một chút.
네, 있어요. 투어 일정 내내 가이드가 같이 안내해 드릴거예요. 저희는 한국어 가이드 투어도 제공해 드릴 수
있는데 예약하고 싶으신가요? 비용은 일반 투어보다 조금 비싸요.

Ok chị. Thế chị đặt cho tôi tour có hướng dẫn viên **④** tiếng Hàn nhé.
오케이. 그럼 한국어 가이드 포함된 투어로 해주세요.

Chào anh. Em có thể ❶ giúp gì cho anh ạ?
안녕하세요. 무엇을 도와드릴까요?

Tôi muốn ❷ đổi lịch tour đã đặt hôm qua.
어제 예약한 투어 일정을 바꾸고 싶어요.

Anh đặt tour đi Nha Trang 5 ngày 4 đêm phải không ạ?
Bây giờ anh muốn đổi ❸ thế nào anh nhỉ?
4박 5일 냐짱 투어 예약하신 거 맞으시죠?지금 어떻게 바꿔드릴까요?

Tôi đổi ngày đi thành 30/4 đến 4/5.
4월 30일부터 5월 4일까지로 바꾸려고요.

Anh chờ chút để em xem nhé.
Anh ơi, ngày 30 là trúng ngay dịp lễ lớn nên ❹ đông người lắm. Thành ra tour vào
ngày đó của bên em đã được đặt hết rồi anh ạ.
잠시만 기다려 주세요.
30일은 공휴일이어서 사람이 아주 많아요. 그래서 그 기간에는 투어가 다 예약되어 있어요.

Thế ngày 29 thì có tour không chị?
그럼 29일은 투어가 있나요?

Ngày 29 thì còn 1 chỗ nhưng là khách sạn 3 sao thôi và ❺ không bao gồm ăn sáng
anh ạ. Ngày lễ nên những tour ok đều được đặt hết nhanh quá.
Anh có muốn đổi sang ngày này không ạ?
29일이면 자리 하나 남아있는데 3성급 호텔이고, 조식 미포함이에요.
공휴일이어서 괜찮은 투어가 다 예약됐네요. 이 날로 바꾸시겠어요?

Nếu tôi chọn bao gồm ăn sáng thì phải ❻ trả phí thêm hả chị?
조식 포함으로 선택하면 비용을 더 내야 하나요?

Vâng ạ, chi phí ăn sáng là 200.000/ngày. Anh ❼ thông cảm do trúng dịp lễ nên giá
cả cao hơn so với bình thường. Với mình đặt gấp nữa nên không còn chỗ tốt.
네, 조식 비용은 하루에 20만동이에요. 공휴일이어서 평소보다 가격이 더 비싼 점 양해 부탁드립니다.
급하게 예약하는 거라서 괜찮은 데가 남아 있지 않아요.

Thế chị cứ đổi cho tôi tour qua ngày 29/4 đến 3/5 chị nhé.
Tôi chọn ❽ nâng hạng phòng và bao gồm ăn sáng ạ.
그럼 4월 29일부터 5월 3일까지 투어로 바꿔주세요.
호텔 룸 업그레이드랑 조식 포함도 추가로 할게요.

Vâng. Anh trả thêm 2 triệu rưỡi nữa là được anh nhé.
네. 250만 동 더 내주시면 됩니다.

Cảm ơn chị nhé.
감사합니다.

Chị ơi, cho tôi hỏi một chút.
Chị có biết ❶ cổng vào ở đâu không ạ?
저기요, 뭐 좀 여쭤볼게요.
입구가 어디예요?

Cổng vào để lên ❷ cáp treo hả anh?
케이블카 타는 입구 말씀이신가요?

Vâng, đúng rồi ạ.
네, 맞아요.

Anh đi thẳng ❸ đường này, đến bãi đỗ xe thì rẽ phải là thấy ngay đấy.
이 길로 쭉 가서 주차장에서 오른쪽으로 가시면 바로 보이실 거예요.

Thế phòng bán vé lên cáp treo cũng ❹ ở đấy luôn hả chị?
그럼 매표소도 거기 있나요?

❺ Phòng bán vé thì anh rẽ trái ở bãi đỗ xe anh nhé.
매표소는 주차장에서 왼쪽으로 가세요.

Cám ơn chị.
감사합니다.

Cho tôi hỏi ❻ giá vé lên cáp treo là bao nhiêu ạ?
케이블카 티켓 얼마예요?

Người lớn là 700 còn trẻ em là ❼ 550.
성인은 70만 동, 어린이는 55만 동이에요.

Cho tôi 2 vé ❽ người lớn nhé.
성인 두 장 주세요.

Đây ạ.
네, 여기요.

Anh ơi, tôi **❶** muốn đi dù bay.
저기요, 저 패러세일링 하고 싶어요.

Các chị **❷** muốn bay dù đơn hay dù đôi?
두 분은 따로 타실 거예요, 아니면 한 번에 두 명이 함께 타실 거예요?

Dù đơn thì bao nhiêu tiền anh?
혼자 타면 얼마예요?

Dù đơn thì 500 còn dù đôi thì 900 chị. **❸** Một lần là bay 15 phút.
혼자는 50만 동, 두 명은 90만동이에요. 한 번에 15분 동안이고요.

À, thế cho tôi đi dù đơn nhé.
Có được **❹** mang theo điện thoại không anh? Do tôi muốn quay phim á.
아, 그러면 혼자 타는 걸로 해주세요.
혹시 핸드폰을 가지고 탈 수 있나요? 촬영하고 싶어서요.

Nếu mang điện thoại thì chị phải **❺** bỏ vào túi chống nước và đeo lên cổ chị nhé.
Nếu chị không có túi thì em có bán kèm đấy ạ. 50 nghìn một cái.
핸드폰을 가지고 타시면 방수팩에 넣어서 목에 걸어야 해요.
방수팩 없으시면 판매도 하고 있으니까 구매하시면 되고요. 한 개 5만 동이에요.

Ok, thế cho tôi một túi **❻** chống nước nữa nhé.
Khi nào có thể bay được anh?
오케이. 그럼 방수팩도 하나 주세요.
언제 탈 수 있을까요?

Trước chị còn **❼** 2 người nữa mới đến lượt.
Chị đứng chờ một chút nhé. Khi nào bay thì em gọi chị ạ.
앞에 두 분 있고 그 다음 차례예요.
조금만 기다려 주세요. 순서 되면 제가 불러 드릴게요.

Tôi **❽** sẽ ngồi đây nhé.
네, 여기 앉아 있을게요.

Chào chị. Chị ❶ gọi món gì ạ?

안녕하세요. 주문하시겠어요?

Cho tôi xem ❷ thực đơn.

메뉴판 주세요.

Của chị đây ạ.

여기 있습니다.

Ừm... Tôi không biết nhiều về ❸ món ăn Việt Nam cho lắm.
Bạn có thể giới thiệu món nào ngon cho tôi được không?

음... 베트남 음식에 대해 잘 모르겠네요.

맛있는 음식을 추천해주실 수 있나요?

Chị có thể dùng thử set ❹ cơm trưa cho 1 người.
Set này gồm cơm, canh chua, thịt bò xào rau muống và cá kho.

점심 메뉴 1번 세트 드셔보세요.

이 세트에는 밥, 신맛이 나는 베트남식 국, 소고기 공심채 볶음, 생선 조림이 있어요.

Còn món nào khác nữa không?
Dạ dày tôi ❺ hơi yếu, không ăn hải sản được.

다른 음식 있을까요?

제가 위가 좀 약해서 해산물을 못 먹어요.

Thế chị thử set số 2 đi ạ.
Set này ❻ không có cá, gồm cơm, canh bí đỏ, rau muống xào tỏi và gà kho.

그럼 2번 세트 드셔보세요.

이 세트에는 생선이 없고, 밥, 호박국, 공심채 마늘볶음 그리고 닭요리가 있어요.

Thế cho tôi ❼ set này nhé.
À! Ở đây có bún bò xào không bạn?

그러면 이 세트로 주세요.

아! 혹시 여기에 분보싸오가 있나요?

Xin lỗi chị, hôm nay chỗ em hết ❽ nguyên liệu làm món đó rồi ạ.
Chị thông cảm nhé.

죄송해요. 오늘 재료가 다 떨어졌어요. 양해 부탁드립니다.

À, thế thì thôi ạ.

아, 그러면 괜찮아요.

Bạn ơi! Món tôi gọi đã **❶** xong chưa?
저기요! 제가 시킨 음식이 다 됐나요?

Vâng, xin lỗi chị. Bây giờ mới đến món của khách gọi trước mình, chị ạ.
Hôm nay nhà hàng **❷** hơi đông, chị chịu khó đợi thêm chút nữa nhé.
Món của chị sắp xong rồi ạ.
죄송합니다. 지금 막 앞에 시키신 분의 음식이 먼저 나왔습니다.
오늘 손님이 조금 많아서, 불편하시겠지만 조금만 기다려주세요.
식사가 곧 나올 거예요.

Tôi đã **❸** đợi lâu lắm rồi. Bạn làm nhanh giúp tôi nhé.
오래 기다렸어요. 빨리 해주세요.

❹ Món chị gọi đây ạ.
식사 나왔습니다.

Ủa? Bạn ơi, tôi không có gọi **❺** món này.
어? 저기요, 저 이거 안 시켰어요.

Chị không **❻** gọi bún thịt nướng ạ?
분 느엉 시키신 것 아닌가요?

Tôi có gọi bún thịt nướng đâu?
Tôi gọi set cơm trưa **❼** số 2 mà.
분 느엉 안 시켰는데요?
점심 메뉴 2번 세트 시켰잖아요.

Xin lỗi chị. Để em **❽** mang lại cho chị ạ.
죄송합니다. 다시 가져다 드릴게요.

Ok bạn.
네.

Chào em!
Cho anh 1 **①** cà phê sữa và 1 sinh tố bơ nhé.
안녕하세요.
밀크커피 하나랑 아보카도 스무디 하나 주세요.

Anh **②** dùng cà phê sữa đá hay nóng ạ?
차가운 걸로 하세요, 따뜻한 걸로 하세요?

Cà phê đá, em. Cho anh **③** nhiều sữa chút nhé.
아이스 커피요. 연유 많이 주세요.

Vâng. Anh dùng ở đây hay **④** mang về ạ?
네. 여기서 드세요? 가져가세요?

Anh uống ở đây.
여기서 마실 거예요.

Vâng. **⑤** Hết 55 nghìn anh ạ.
네. 5만 5천 동입니다.

⑥ Tầng 2 còn chỗ không em?
2층에 자리가 있나요?

Dạ, còn anh.
Anh cứ lên đi, khi nào **⑦** chuẩn bị xong thì em sẽ mang nước lên cho anh nhé.
네, 있어요.
올라가시면 음료 준비해서 가져다 드릴게요.

Ok em.
네.

Em ơi. ❶ Chỗ mình có vào wifi được không em?
저기요. 혹시 여기 와이파이가 되나요?

Vâng, có anh.
Wifi là Cafe123, ❷ mật khẩu là "cà phê ngon", không dấu, không cách anh nhé.
네, 돼요.
와이파이는 cafe123이고, 비밀번호는 cà phê ngon, 성조 없고 띄어쓰기 없어요.

Anh nhập rồi mà nó báo sai. Em ❸ có thể viết cho anh được không?
입력했는데 틀렸다고 나오네요. 혹시 써주실 수 있나요?

Đây anh ạ.
여기요.

Cảm ơn em.
À, sinh tố xoài ❹ một cốc bao nhiêu tiền thế em?
감사합니다.
아, 망고 스무디는 한 잔에 얼마예요?

Sinh tố xoài 35 nghìn anh ạ.
3만 5천 동이에요.

Thế ❺ cho anh một cốc nhé.
그럼 한 잔 주세요.

Vâng. Bên em chỉ nhận ❻ thanh toán trước nên phiền anh thanh toán bây giờ anh nhé.
Lát nữa em sẽ mang kèm nước và ❼ hóa đơn lên cho anh ạ.
네. 저희 카페가 선불이라 지금 먼저 결제해주시면 감사하겠습니다.
이따가 음료와 영수증 같이 가져다 드릴게요.

Ok, 35 nghìn ❽ của em đây.
오케이, 3만 5천 동 여기요.

A lô. Nhà hàng Ngon ❶ xin nghe.
여보세요. Ngon 식당입니다.

Anh ơi, tôi ❷ muốn đặt combo 2 mà có thể đổi loại pizza không ạ?
2번 콤보로 주문하려고 하는데, 피자 변경 가능한가요?

Vâng, được chị. Chị muốn đổi ❸ loại pizza nào ạ?
네, 가능합니다. 어떤 피자로 바꾸고 싶으세요?

Anh đổi cho tôi qua loại ❹ phô mai được không?
치즈로 바꿔 주실 수 있어요?

Được chị. Chị muốn lấy loại đế nào ạ?
네, 도우는 어떤 걸로 해드릴까요?

Cho tôi đế dày nhé. À, có thể đổi từ cỡ vừa sang ❺ cỡ lớn được không anh?
두꺼운 걸로 주세요. 아, 혹시 중간 사이즈를 큰 사이즈로 바꿀 수 있나요?

Nếu muốn lấy cỡ lớn thì chị phải ❻ trả thêm 100 nghìn đấy ạ.
Chị có muốn đổi không ạ?
큰 사이즈로 원하시면 추가로 10만 동을 내셔야 합니다.
바꾸시겠어요?

Ừm... thế cứ cho tôi cỡ vừa nhé.
음... 그럼 그냥 중간 사이즈로 해주세요.

Vâng, chị. Cho em xin ❼ địa chỉ và số điện thoại của chị nhé.
네, 손님. 주소랑 연락처 알려주세요.

18 Nguyễn Thị Minh Khai, Quận 1. 0905123456.
1군 Nguyen thi minh khai길 18번지. 0905123456 예요.

Combo 2 của chị hết 299.000, còn tiền ship là 25 nghìn.
Khoảng 40 phút nữa pizza sẽ xong ạ.
Khi nào shipper ❽ giao hàng đến thì sẽ gọi cho chị, chị nhé.
네, 2번 콤보는 299,000동이고 배달비는 2만 5천 동입니다.
40분 정도 뒤에 피자 준비될 예정이에요.
배달원이 도착하면 전화드릴게요.

A lô. ❶ Đại lý nước uống Sài Gòn xin nghe.
여보세요. 사이공 생수 대리점입니다.

Tôi muốn đặt nước uống định kỳ. Bên chị có dịch vụ giao nước tận nhà không?
정기적으로 물을 주문하려고 하는데요. 집까지 배달해주는 서비스가 있나요?

Có, anh. Anh muốn đặt định kỳ như thế nào ạ?
네, 있어요. 어떻게 주문하고 싶으세요?

3 tuần thì bên chị giao ❷ 1 bình nước cho tôi vào chủ nhật nhé.
Nhà tôi ở quận 3 thì có free ship không chị?
3주에 한 번 일요일에 배달해 주세요.저희 집이 3군에 있는데 무료로 배달되나요?

Bên em chỉ miễn phí giao hàng khi khách hàng đặt từ 2 bình trở lên thôi anh ạ.
Nhà mình ở quận 3 thì phí giao hàng là 15.000 anh nhé.
Mà anh ở chung cư hay nhà riêng thế ạ?
2개 이상 주문하시는 손님에게만 무료로 배달해 드리고 있어요.
3군에 계시면 배달비는 만 오천 동이에요. 그런데 아파트인가요, 주택인가요?

Nhà tôi ở chung cư, tầng 5 nhưng có thang máy.
아파트 5층인데 엘리베이터가 있어요.

Nếu có thang máy thì bên em không tính phí phụ thu giao lên lầu anh nhé.
Anh muốn nước hãng nào ạ? Loại bình úp hay bình có vòi thế anh?
엘리베이터가 있으면 추가 요금은 없어요.
어느 브랜드로 배달해 드릴까요? 정수기용 물통인가요, 꼭지가 있는 물통인가요?

Chị giao cho tôi nước ABC 21l, loại úp dùng cho bình nước nóng nhé.
21L짜리 정수기용 ABC 물로 배달해주세요.

Ok anh. ❸ Bắt đầu giao từ tuần này hay sao ạ?
네, 이번주부터 배달하면 될까요?

Từ tuần này đi chị. Tôi thanh toán sao ạ?
이번주부터 해주세요. 어떻게 계산하나요?

Anh có thể thanh toán ❹ tiền mặt cho shipper, hoặc chuyển khoản trước cho bên em
anh nhé. Vì đây là lần đầu tiên mình đặt nên sẽ có tiền đặt cọc cho bình nước là 30
nghìn ạ. Anh sẽ thanh toán là 30 nghìn tiền đặt cọc, 60 nghìn tiền nước và 15 nghìn
tiền ship, tổng cộng là 105 nghìn. Những lần sau thì chỉ trả 75 nghìn thôi anh nhé.
배달원에게 현금으로 주시거나 계좌이체 먼저 해주셔도 돼요. 처음 서비스 이용하시는거라 물통 보증금으로
3만동이 있어요. 보증금 3만 동, 물통 6만 동 그리고 배달비 만 오천 동, 총 10만 5천 동 결제해주시면 됩니다.
이후에는 7만 5천 동 계산해주시면 돼요.

1과

1 ① biết　② nhanh　③ xuống

2 ① (X) 그녀는 호텔이 어느 길에 있는지 안다.

　② (X) ABC 호텔은 지점이 한 개만 있다.

　③ (O) 그녀는 시간 안에 도착하지 못할까봐 걱정한다.

3 다음에 알맞은 대답을 베트남어로 써 보세요.

　① Vì khách sạn đó có nhiều chi nhánh.

　② Khách hàng chỉ biết quận.

　③ Vì khách hàng vội.

🖊 보고 말하기

1 목적지 말하기

🧑 Anh có biết khách sạn ABC ở đâu không?

　 Ở quận 3 đó anh, nhưng tôi không rõ nó nằm ở đường nào nữa.

🧑 À, em biết ở đâu rồi. Chị lên xe đi ạ.

2 원하는 곳에 내리기

🧑 Mình đến nơi rồi đó chị.

　 Chị muốn xuống ở đâu?

🧑 Cho tôi xuống ở đây. Cảm ơn anh nhé.

🧑 Dạ, cảm ơn chị nhé.

🖊 실력 확인하기

1 ① đi đâu　② chi nhánh　③ vội

2 ① rõ　② lên　③ xuống

3 ① Anh có biết khách sạn ABC ở đâu không?

　② Ở quận 3 đó anh.

　③ Anh chạy nhanh hơn chút được không?

🖉 **내용 확인하기**

1 ① đặt   ② đón   ③ gọi

2 ① (X) 그녀는 ABC 회사 앞에서 택시를 기다리고 있다.

  ② (X) 지금은 교통체증이 풀렸다.

  ③ (X) 택시 기사는 ABC 백화점 앞으로 그녀를 태우러 갈 것이다.

3 다음에 알맞은 대답을 베트남어로 써 보세요.

  ① Chị ấy đang ở trước cửa trung tâm thương mại ABC.

  ② Họ sẽ gặp ở trước nhà hàng Hà Nội.

  ③ Vì ngã tư tắc đường.

🖉 **보고 말하기**

1 특정 장소로 택시 부르기

  A lô. Chị đặt tắc xi phải không ạ?

  Vâng, đúng rồi. Anh đến nơi chưa?

  Chị đang đứng ở đâu đó chị?

  Giờ tôi đang đứng trước cửa trung tâm thương mại ABC.

2 탑승 위치 변경하기

  Em đón chị ở trước nhà hàng Hà Nội phía sau trung tâm thương mại được không ạ?

  À, cũng được anh. Thế để tôi đi qua đó.

  Vâng chị, 5 phút nữa em đến liền.

🖉 **실력 확인하기**

1 ① gần   ② sắp, rồi, ngã tư   ③ để, qua

2 ① đứng   ② đón   ③ gọi

3 ① Chị đặt tắc xi phải không ạ?

  ② Anh đến đây đón tôi được không?

  ③ Khi nào anh đến thì gọi lại cho tôi nhé.

3과 🖋 내용 확인하기

1 ① thuê　② bao lâu　③ bằng lái

2 ① (O)　그녀는 자동 기어 오토바이를 빌리길 원한다.

　　② (X)　그녀는 한 달 동안 빌리려고 한다.

　　③ (X)　오토바이 대여는 보증금이 없다.

3 다음에 알맞은 대답을 베트남어로 써 보세요.

　　① Chị ấy muốn thuê xe máy.

　　② Anh ấy yêu cầu bằng lái và hộ chiếu của chị ấy.

　　③ Chị ấy phải trả 27 triệu.

🖋 보고 말하기

1 차량에 대해 상세하게 말하기

🧑 Anh ơi, chỗ anh cho thuê xe máy đúng không ạ?
　　Tôi muốn thuê xe ga, có xe nào mà dễ lái không anh?

🧑 Có luôn chị, để em dẫn chị đi xem.

2 렌트 가격 묻기

🧑 Chị thích màu gì thì cứ chọn đi ạ.

🧑 Tiền thuê xe thế nào đấy anh?

🧑 Xe này thì 1 tháng là 2 triệu, còn tiền đặt cọc là 25 triệu.

🧑 Thế cho tôi thuê xe này nhé.

🖋 실력 확인하기

1 ① định, trong　② Tiền thuê xe　③ vào, thủ tục

2 ① hay　② bao lâu　③ chiếc

3 ① Tôi muốn thuê xe ga.

　　② Để em dẫn chị đi xem.

　　③ Cho tôi thuê xe này nhé.

4과 🖊 내용 확인하기

1 ① cỡ   ② quốc tế   ③ chi phí

2 ① (X) 그녀는 운전을 할 줄 안다.

  ② (O) 그녀는 가족을 위해 자동차를 빌리길 원한다.

  ③ (O) 운전 기사의 식비는 그녀가 따로 지불해야 한다.

3 다음에 알맞은 대답을 베트남어로 써 보세요.

  ① Chị ấy muốn thuê xe trong 2 ngày.

  ② Vì chị ấy chưa có bằng lái xe quốc tế.

  ③ Chị ấy có thể thương lượng với tài xế.

🖊 보고 말하기

1 차량에 대해 상세하게 말하기

🧑 Chỗ mình có cho thuê xe ô tô không anh?
  Tôi muốn thuê xe cỡ lớn, loại dành cho gia đình 7, 8 người ấy.

🧑 Xe đó thì bên em có ạ.

2 운전기사 포함 여부 물어보기

🧑 Bên anh có cho thuê cả lái xe không?

🧑 Có ạ. Tiền thuê xe riêng là 2 triệu 1 ngày, còn tiền thuê tài xế là 1 triệu 1 ngày.
  Tiền ăn thì chị phải trả riêng cho tài xế chị nhé.

🖊 실력 확인하기

1 ① thuê xe   ② mấy ngày   ③ thương lượng
2 ① xe ô tô   ② gia đình   ③ mấy ngày
3 ① Chị có bằng lái xe quốc tế không?
  ② Tiền thuê tài xế là 1 triệu 1 ngày.
  ③ Cho tôi thuê xe ô tô luôn.

5과 ✏️ 내용 확인하기

1 ① Đổ　② xăng　③ gửi

2 ① (O)　그녀는 기름을 가득 채우길 원한다.

　② (O)　그녀는 95 기름을 넣고 싶어한다.

　③ (X)　그녀는 거스름돈을 받을 것이다.

3 다음에 알맞은 대답을 베트남어로 써 보세요.

　① Chị ấy muốn đổ đầy bình.

　② Anh ấy nói với chị ấy lái lên trước một chút.

　③ Tất cả là 85.000 đồng.

✏️ 보고 말하기

1 원하는 주유량 말하기

🧑 Anh ơi, <u>đổ đầy bình</u> cho tôi ạ.

🧑 Chị lái <u>lên</u> trước <u>một chút</u> ạ.

🧑 <u>Được chưa</u> anh?

🧑 <u>Được rồi</u> chị.

2 원하는 기름 종류 말하기

🧑 <u>Cho tôi</u> xăng 95 nhé.

🧑 Xong rồi ạ. Của chị <u>hết</u> 85 nghìn.

　 Chị có 5 nghìn <u>lẻ</u> không chị?

🧑 Đây, <u>tôi gửi</u> anh nhé.

✏️ 실력 확인하기

1 ① đổ đầy bình　② muốn　③ lẻ

2 ① lên trước　② hay　③ Của chị

3 ① Đổ đầy bình cho tôi.

　② Chị đổ xăng 92 hay 95?

　③ Tôi gửi anh nhé.

6과 🖉 **내용 확인하기**

1 ① sửa   ② bị   ③ vá

2 ① (X) 그녀의 오토바이 타이어가 펑크났다

   ② (X) 그는 지금 당장 수리할 수 있다고 말한다.

   ③ (O) 그녀는 오토바이 타이어를 새것으로 바꾸고 싶어한다.

3 다음에 알맞은 대답을 베트남어로 써 보세요.

   ① Chị ấy nghĩ là hôm qua.

   ② Vì xe bị ngâm nước.

   ③ Chiều khoảng 3, 4 giờ.

🖉 **보고 말하기**

1 오토바이의 문제점 설명하기

👩   <u>Ở đây</u> có <u>sửa xe máy</u> không ạ?

🧑   Có chị. <u>Xe chị bị gì</u> hả?

👩   Xe tôi đang đi thì <u>tự dưng</u> không nổ máy được.
         Với lại, hình như <u>lốp sau</u> còn bị thủng nữa.

2 수리 기간 물어보기

👩   <u>Sửa</u> có <u>lâu</u> không anh?

🧑   Bây giờ thì em chưa làm cho chị ngay được.
         <u>Chiều khoảng 3, 4 giờ</u> chị đến lấy chị nhé.
         Em vá lại lốp hay thay <u>lốp mới</u> cho chị đây ạ?

👩   Anh <u>thay lốp mới cho tôi</u> luôn đi.

🖉 **실력 확인하기**

1 ① ngập   ② chưa   ③ xong

2 ① bị   ② Chiều   ③ lốp mới

3 ① Lốp sau bị thủng hai lỗ.

   ② Chắc do hôm qua mưa.

   ③ Em mới nói cho chị biết được.

듣기 대본 및 정답 | **279**

6과 🖉 **내용 확인하기**

1 ① sửa   ② bị   ③ vá

2 ① (X) 그녀의 오토바이 타이어가 펑크났다

② (X) 그는 지금 당장 수리할 수 있다고 말한다.

③ (O) 그녀는 오토바이 타이어를 새것으로 바꾸고 싶어한다.

3 다음에 알맞은 대답을 베트남어로 써 보세요.

① Chị ấy nghĩ là hôm qua.

② Vì xe bị ngâm nước.

③ Chiều khoảng 3, 4 giờ.

🖉 **보고 말하기**

1 오토바이의 문제점 설명하기

Ở đây có sửa xe máy không ạ?

Có chị. Xe chị bị gì hả?

Xe tôi đang đi thì tự dưng không nổ máy được.
Với lại, hình như lốp sau còn bị thủng nữa.

2 수리 기간 물어보기

Sửa có lâu không anh?

Bây giờ thì em chưa làm cho chị ngay được.
Chiều khoảng 3, 4 giờ chị đến lấy chị nhé.
Em vá lại lốp hay thay lốp mới cho chị đây ạ?

Anh thay lốp mới cho tôi luôn đi.

🖉 **실력 확인하기**

1 ① ngập   ② chưa   ③ xong

2 ① bị   ② Chiều   ③ lốp mới

3 ① Lốp sau bị thủng hai lỗ.

② Chắc do hôm qua mưa.

③ Em mới nói cho chị biết được.

듣기 대본 및 정답 | **279**

7과 ✏️ **내용 확인하기**

1 ① đặt ② giường ③ lâu

2 ① (X) 그는 밤 출발 편 티켓을 살 것이다.
　 ② (O) 그는 침대칸을 원한다.
　 ③ (O) 그는 편도표를 예매한다.

3 다음에 알맞은 대답을 베트남어로 써 보세요.
　 ① Ngày mai anh ấy sẽ đi Mũi Né.
　 ② Anh ấy chọn khoang 4 người.
　 ③ Anh ấy muốn giường bên dưới.

✏️ **보고 말하기**

1 기차표 문의하기

🧑 Chị ơi, còn vé đi từ Sài Gòn đến Mũi Né trong ngày mai không chị?

👩 Còn anh. Nhưng giờ chỉ còn vé đi lúc 3 giờ chiều và 10 giờ đêm thôi ạ.

🧑 Chị đặt chuyến 3 giờ cho tôi nhé.

2 원하는 자리 말하기

👩 Anh chọn khoang 4 người hay 6 người?

🧑 Cho tôi khoang 4 người.
　 À, cho tôi giường bên dưới được không ạ?

👩 Được anh.

✏️ **실력 확인하기**

1 ① cho tôi, giường ② mấy ③ 219 nghìn
2 ① dưới ② mấy vé ③ một chiều
3 ① Anh muốn đi chuyến nào?
　 ② Đi gần 4 tiếng đó anh.
　 ③ Cho tôi khoang 4 người.

✏️ **내용 확인하기**

1 ① đổi   ② đến   ③ nghỉ ngơi

2 ① (O) 후에에 도착하기까지 두 시간이 남았다.

　② (O) 휴게소에서, 차는 20분 후에 출발한다.

　③ (X) 그녀는 화장실이 어디인지 알고 있다.

3 다음에 알맞은 대답을 베트남어로 써 보세요.

　① Vì chị ấy bị say xe.

　② Vì ghế ở hàng đầu có người đặt rồi.

　③ Vì chị ấy muốn đi vệ sinh.

✏️ **보고 말하기**

1 출발 전 불편 사항 요청하기

👩 Anh ơi, tôi có thể đổi lên ghế đầu được không?
Tôi bị say xe.

👨 Mấy ghế ở hàng đầu có người đặt rồi chị.
Còn ghế phía trước chị thôi ạ, chị có đổi không?

👩 Được anh. Cảm ơn anh nhé.

2 이동 시 불편 사항 요청하기

👩 Anh ơi, còn bao lâu nữa đến Huế ạ?

👨 2 tiếng nữa. Sao chị?

👩 Tôi muốn đi vệ sinh quá, mình có dừng ở trạm nghỉ không anh?

👨 Có chị, lát xe có ghé trạm nghỉ.

✏️ **실력 확인하기**

1 ① có thể   ② ăn uống, một lát   ③ Nhà vệ sinh

2 ① đầu   ② đến   ③ đúng

3 ① Còn bao lâu nữa đến Huế?

　② Mình có dừng ở trạm nghỉ không?

　③ Ở đằng kia chị.

9과 🖊 **내용 확인하기**

1 ① nghe ② trống ③ đặt

2 ① (O) 그는 다음주 월요일에 예약하길 원한다.

② (X) 그는 싱글룸을 예약했다.

③ (O) 체크인 시간은 2시 부터이다.

3 다음에 알맞은 대답을 베트남어로 써 보세요.

① Anh ấy đặt phòng một người rồi.

② Phòng đôi là 800.000 một đêm.

③ Vì không có phòng đơn.

🖊 **보고 말하기**

1 전화로 호텔 예약하기

👨 Chào chị. Tôi muốn đặt phòng vào thứ 2 tuần sau.

👩 Anh muốn đặt mấy ngày ạ?

👨 Tôi định đặt từ thứ 2 đến thứ 5.

👩 Anh ơi, ngày hôm đó thì bên em chỉ còn phòng đôi thôi ạ.

2 예약에 필요한 정보 전달하기

👨 Thế phòng đôi bao nhiêu tiền 1 đêm chị?

👩 800.000 một đêm anh ạ.

Anh cho em xin họ tên và số điện thoại để đặt phòng anh nhé.

👨 Dạ, Nguyễn Văn Trí, 0905 123 456.

🖊 **실력 확인하기**

1 ① bao nhiêu ② kiểm tra ③ 3 đêm, ăn sáng

2 ① trống ② định ③ đôi

3 ① Mình tôi ở thôi nên còn phòng đơn không?

② Ngày hôm đó thì bên em chỉ còn phòng đôi thôi.

③ Phòng đã được đặt rồi.

10과 🖋 **내용 확인하기**

1 ① tiếp tân   ② cần   ③ ăn sáng

2 ① (X) 리셉션 직원이 손님의 방으로 갈 것이다.
   ② (X) 그는 조식을 1층에서 먹을 수 있다.
   ③ (X) 그는 호안끼엠 호수를 걸어서 갈 것이다.

3 다음에 알맞은 대답을 베트남어로 써 보세요.
   ① Anh ấy cần khăn và giấy vệ sinh.
   ② Từ 7 giờ đến 9 giờ.
   ③ Anh ấy hỏi về nơi tham quan xung quanh đây.

🖋 **보고 말하기**

1 리셉션에 필요한 것 요청하기

   🧑‍💼 A lô, tiếp tân xin nghe.
   Quý khách cần gì ạ?

   🧑 Chị ơi, phòng tôi không có đủ khăn và giấy vệ sinh.
   Chị mang cho tôi thêm 2 cái khăn nữa nhé.

2 숙박 이용에 궁금한 사항 문의하기

   🧑 Vâng. À, đúng rồi!
   Tôi muốn đi tham quan xung quanh đây xem như thế nào.
   Có chỗ nào gần gần đây không chị?

   🧑‍💼 Gần đây thì anh có thể đến hồ Hoàn Kiếm.

🖋 **실력 확인하기**

1 ① Quý khách   ② sẽ nói, cho, ngay   ③ nào, gần đây
2 ① sáng   ② tầng 2   ③ gọi
3 ① Chị mang cho tôi thêm 2 cái khăn nữa nhé.
   ② Gần đây thì anh có thể đến hồ Hoàn Kiếm.
   ③ Bây giờ tôi xuống luôn.

📝 내용 확인하기

1 ① phù hợp   ② trọn gói   ③ bình thường

2 ① (O) 그는 5일 동안 여행을 갈 예정이다.

　　② (O) 만약 등산을 원하면 그는 사파나 달랏을 갈 수 있다.

　　③ (X) 냐짱 투어에는 식비와 장비 대여비가 포함된다.

3 다음에 알맞은 대답을 베트남어로 써 보세요.

　　① Chị ấy giới thiệu đi Nha Trang hoặc Phú Quốc.

　　② Ở Nha Trang, đi tham quan Vinpearl Land, 4 đảo, xung quanh thành phố, tắm bún và Viên hai dương học.

　　③ Công ty du lịch có hỗ trợ tour có hướng dẫn viên tiếng Hàn.

📝 보고 말하기

1 여행 상품 추천 받기

　　👨 Tôi định đi du lịch <u>vào ngày lễ</u> 30/4 sắp tới nhưng <u>chưa biết là</u> nên đi đâu. Chị có tour nào ok không?

　　👩 Nếu anh muốn ngắm biển thì em nghĩ anh nên <u>đến</u> Nha Trang hoặc Phú Quốc. <u>Còn</u> anh muốn leo núi hoặc ngắm cảnh rừng thì nên đến Sapa <u>hoặc</u> Đà Lạt anh nhé.

2 상품 상세 내용 문의하기

　　👨 Ở Nha Trang thì tôi có thể đi những đâu?

　　👩 Ngày đầu, bên em sẽ đón anh từ sân bay <u>về khách sạn</u>, sau đó sẽ <u>đi tham quan</u> Vinpearl Land.Ngày 2 sẽ đi tham quan <u>4 đảo</u>, các ngày sau đó sẽ tham quan xung quanh thành phố, tắm bùn và Viện hải dương học. Hướng dẫn viên sẽ <u>đi theo</u> trong suốt hành trình tour đó anh.

📝 실력 확인하기

1 ① định đi, 28/4, 2/5   ② bao gồm   ③ vé máy bay, vé cáp treo

2 ① ngắm   ② những   ③ riêng

3 ① Ngày 2 sẽ đi tham quan 4 đảo.

　　② Hướng dẫn viên sẽ đi theo trong suốt hành trình tour.

③ Chi phí sẽ đắt hơn tour bình thường một chút.

✏ 내용 확인하기

1 ① đổi   ② trả phí   ③ bao gồm

2 ① (X) 그는 그저께 예약한 일정을 바꾸고 싶어 한다.

② (X) 보통 30일은 티켓이 많이 남아 있다.

③ (X) 조식 비용은 무료이다.

3 다음에 알맞은 대답을 베트남어로 써 보세요.

① Anh ấy đến công ty du lịch để đổi lịch tour.

② Vì ngày 30 là trung ngày dịp lễ lớn.

③ Lịch tour của anh ấy là ngày 29/4 đến 3/5.

✏ 보고 말하기

1 예약한 일정 변경하기

Chào anh. Em có thể giúp gì cho anh ạ?

Tôi muốn đổi lịch tour đã đặt hôm qua.
Tôi đổi ngày đi thành 30/4 đến 4/5.

2 원하는 사항 상세하게 말하기

Ngày lễ nên những tour ok đều được đặt hết nhanh quá.

Nếu tôi chọn bao gồm ăn sáng thì phải trả phí thêm hả chị?

Vâng ạ, chi phí ăn sáng là 200.000/ngày.

Thế chị cứ đổi cho tôi tour qua ngày 29/4 đến 3/5 chị nhé.
Tôi chọn nâng hạng phòng và bao gồm ăn sáng ạ.

✏ 실력 확인하기

1 ① Bây giờ, thế nào   ② chờ, xem   ③ Với, gấp, chỗ
2 ① đổi   ② đông   ③ so với

3 ① Ngày 29 thì có tour không chị?

② Anh có muốn đổi sang ngày này không?

③ Anh trả thêm 2 triệu rưỡi nữa là được.

13과 🖉 **내용 확인하기**

1 ① ở đâu ② cáp treo ③ trẻ em

2 ① (O) 그는 그곳에 케이블카를 타기 위해 갔다.

② (X) 그는 케이블카 입구를 알고 있다.

③ (X) 그는 케이블카 티켓을 살 필요가 없다.

3 다음에 알맞은 대답을 베트남어로 써 보세요.

① Anh ấy hỏi về đường đi cổng vào để lên cáp treo.

② Phòng bán vé thì rẽ trái ở bãi đỗ xe.

③ Anh ấy trả 140.000 đồng.

🖉 **보고 말하기**

1 목적지 위치 묻기

🧑 Chị có biết cổng vào ở đâu không?

👩 Cổng vào để lên cáp treo hả anh?

🧑 Vâng, đúng rồi ạ.

👩 Anh đi thẳng đường này, đến bãi đỗ xe thì rẽ phải là thấy ngay đấy.

2 비용 묻기

🧑 Cho tôi hỏi giá vé lên cáp treo là bao nhiêu ạ?

👩 Người lớn là 700 còn trẻ em là 550.

🧑 Cho tôi 2 vé người lớn nhé.

👩 Đây ạ.

✐ 실력 확인하기

1 ① để lên   ② Phòng bán vé   ③ là bao nhiêu

2 ① thẳng   ② phải   ③ giá

3 ① Chị ơi, cho tôi hỏi một chút.

   ② Chị có biết cổng vào ở đâu không?

   ③ Cho tôi 2 vé người lớn nhé.

14과 ✐ 내용 확인하기

1 ① bay   ② mang theo   ③ gọi

2 ① (O) 그녀는 패러세일링을 혼자서 타고 싶어한다.

   ② (O) 혼자타면 한 번에 15분이다.

   ③ (X) 그녀는 지금 바로 패러세일링을 할 수 있다.

3 다음에 알맞은 대답을 베트남어로 써 보세요.

   ① Vì chị ấy muốn quay phim.

   ② Phải bỏ vào túi chống nước và đeo lên cổ.

   ③ Có thể mua được ở đó.

✐ 보고 말하기

1 액티비티 이용 문의하기

🧑 Các chị muốn bay dù đơn hay dù đôi?

👩 Dù đơn thì bao nhiêu tiền anh?

🧑 Dù đơn thì 500 còn dù đôi thì 900 chị.
   Một lần là bay 15 phút.

2 물건 구매하기

👩 Có được mang theo điện thoại không anh?
   Do tôi muốn quay phim á.

🧑 Nếu mang điện thoại thì chị phải bỏ vào túi chống nước và đeo lên cổ chị nhé.
   Nếu chị không có túi thì em có bán kèm đấy ạ. 50 nghìn một cái.

🖉 실력 확인하기

1 ① dù đơn, dù đôi   ② 500, 900   ③ có thể bay

2 ① quay phim   ② nước   ③ bay

3 ① Một lần là bay 15 phút.

   ② Trước chị còn 2 người nữa mới đến lượt.

   ③ Tôi sẽ ngồi đây nhé.

15과 🖉 내용 확인하기

1 ① xem   ② đây   ③ ngon

2 ① (O) 그녀는 식당에 있다.

   ② (X) 그녀는 해산물을 먹을 수 있다.

   ③ (X) 그녀는 1번 세트를 먹을 것이다.

3 다음에 알맞은 대답을 베트남어로 써 보세요.

   ① Vì chị ấy không biết nhiều về món ăn Việt Nam.

   ② Vì dạ dày của chị ấy hơi yếu.

   ③ Vì hôm nay hết nguyên liệu làm bún bò xào rồi.

🖉 보고 말하기

1 메뉴판 달라고 말하기

👨 Chào chị. Chị gọi <u>món gì</u> ạ?

👩 <u>Cho tôi xem</u> thực đơn.

👨 <u>Của chị</u> đây ạ.

2 음식 추천 받기

👩 Ừm... Tôi không biết <u>nhiều về</u> món ăn Việt Nam cho lắm.
   Bạn có thể giới thiệu món nào ngon cho tôi được không?

👨 Chị có thể <u>dùng thử</u> set cơm trưa cho 1 người.

👩 Còn món <u>nào</u> khác nữa không? Dạ dày tôi hơi yếu, không ăn <u>hải sản</u> được.

1 ① giới thiệu, cho tôi   ② gồm, cá kho   ③ thử, số

2 ① dùng   ② hơi yếu   ③ nguyên liệu

3 ① Chị gọi món gì?

  ② Cho tôi set này nhé.

  ③ Ở đây có bún bò xào không?

16과 내용 확인하기

1 ① xong   ② nhanh   ③ gọi

2 ① (X) 그녀는 식사를 하고 있다.

  ② (O) 그녀는 불편함을 느끼고 있다.

  ③ (X) 그녀가 주문한 음식은 분틷느엉이다.

3 다음에 알맞은 대답을 베트남어로 써 보세요.

  ① Vì hôm nay nhà hàng hơi đông.

  ② Đầu tiên anh ấy mang bún thịt nướng.

  ③ Chị ấy đã gọi set cơm trưa số 2.

보고 말하기

1 주문 확인하기

🧑‍🦰 Bạn ơi! Món tôi gọi đã xong chưa?

🧑 Vâng, xin lỗi chị. Bây giờ mới đến món của khách gọi trước mình, chị ạ.

  Hôm nay nhà hàng hơi đông, chị chịu khó đợi thêm chút nữa nhé.

2 불만 사항 말하기

🧑‍🦰 Ủa? Bạn ơi, tôi không có gọi món này.

🧑 Chị không gọi bún thịt nướng ạ?

🧑‍🦰 Tôi gọi set cơm trưa số 2 mà.

🧑 Xin lỗi chị. Để em mang lại cho chị ạ.

실력 확인하기

1 ① mới đến, trước   ② Món, sắp   ③ đợi, lắm

2 ① mới đến   ② hơi đông   ③ nhanh

3 ① Tôi không có gọi món này.

  ② Tôi gọi set cơm trưa số 2 mà.

  ③ Để em mang lại cho chị.

17과 ## 내용 확인하기

1 ① đá   ② hay   ③ chỗ

2 ① (X) 그는 뜨거운 커피를 주문한다.

  ② (O) 그는 커피숍에서 마실 것이다.

  ③ (X) 이 커피숍은 아이스 밀크 커피가 없다.

3 다음에 알맞은 대답을 베트남어로 써 보세요.

  ① Anh ấy đã gọi cà phê sữa đá.

  ② Anh ấy nói là cho nhiều sữa.

  ③ Anh ấy sẽ uống cà phê ở tầng 2.

보고 말하기

1 음료 주문하기

  Chào em!

  Cho anh 1 cà phê sữa và 1 sinh tố bơ nhé.

  Anh dùng cà phê sữa đá hay nóng ạ?

  Cà phê đá, em. Cho anh nhiều sữa chút nhé.

2 매장 이용 or 테이크아웃 말하기

  Anh dùng ở đây hay mang về ạ?

  Anh uống ở đây.

  Vâng. Hết 55 nghìn anh ạ.

1 ① Cho anh, và   ② cà phê sữa   ③ còn chỗ

2 ① đá   ② uống   ③ còn

3 ① Cho anh nhiều sữa chút nhé.

② Hết 55 nghìn anh ạ.

③ Em sẽ mang nước lên cho anh nhé.

18과 ✎ 내용 확인하기

1 ① vào   ② cốc   ③ đây

2 ① (O) 그는 망고 스무디를 마시길 원한다.

② (X) 이 커피숍의 와이파이는 비밀번호가 없다.

③ (X) 이 커피숍은 후불 결제이다.

3 다음에 알맞은 대답을 베트남어로 써 보세요.

① Vì anh ấy đã nhập rồi nhưng nó báo sai.

② Anh ấy trả 35.000 đồng.

③ Nhân viên sẽ mang hóa đơn lên cho anh ấy.

✎ 보고 말하기

1 wifi 비밀번호 물어보고 이용하기

Wifi là Cafe123, mật khẩu là "cà phê ngon", không dấu, không cách anh nhé.

Anh nhập rồi mà nó báo sai.

Em có thể viết cho anh được không?

Đây anh ạ.

2 추가로 음료 주문하고 결제하기

Sinh tố xoài một cốc bao nhiêu tiền thế em?

Sinh tố xoài 35 nghìn anh ạ.

Thế cho anh một cốc nhé.

Lát nữa em sẽ <u>mang kèm nước</u> và hóa đơn lên cho anh ạ.

🖊 실력 확인하기

1 ① viết ② thanh toán ③ 35 nghìn

2 ① báo ② viết ③ Sinh tố xoài

3 ① Chỗ mình có vào wifi được không em?

② Sinh tố xoài 35 nghìn anh.

③ Cho anh một cốc nhé.

19과 🖊 내용 확인하기

1 ① đặt ② loại ③ để

2 ① (X) 그녀는 피자 가게에 있다.

② (O) 그녀는 두꺼운 도우를 원한다.

③ (X) 그녀는 2군에 살고 있다.

3 다음에 알맞은 대답을 베트남어로 써 보세요.

① Vì nếu đổi cỡ lớn thì chị ấy phải trả thêm 100 nghìn.

② Chị ấy trả 324 nghìn.

③ Nhân viên nói là shipper giao hàng sẽ gọi cho chị ấy.

🖊 보고 말하기

1 배달 음식 주문하기

A lô. <u>Nhà hàng Ngon</u> xin nghe.

Anh ơi, tôi muốn đặt combo 2 mà <u>có thể đổi</u> loại pizza không ạ?

Vâng, được chị.

2 주소와 연락처 말하기

Cho em xin địa chỉ và <u>số điện thoại</u> của chị nhé.

18 Nguyễn Thị Minh Khai, Quận 1. 0905123456.

👨 Combo 2 của chị hết 299.000, còn tiền ship là 25 nghìn.

<u>Khoảng 40 phút</u> nữa pizza sẽ xong ạ.

Khi nào shipper giao hàng đến thì sẽ gọi cho chị, chị nhé.

✏️ 실력 확인하기

1 ① đổi, qua   ② dày   ③ cỡ vừa, cỡ lớn

2 ① để   ② đổi   ③ 40 phút

3 ① Chị muốn đổi loại pizza nào?

② Chị phải trả thêm 100 nghìn đấy.

③ Cho em xin địa chỉ và số điện thoại của chị nhé.

20과 ✏️ 내용 확인하기

1 ① nước uống   ② đặt   ③ quận

2 ① (X) 그는 배달 서비스를 무료로 이용할 수 있다.

② (O) 그는 정수기용 물통을 주문할 것이다.

③ (O) 그는 이번주부터 생수를 받을 예정이다.

3 다음에 알맞은 대답을 베트남어로 써 보세요.

① Anh ấy hỏi về dịch vụ giao nước tận nhà.

② Khi khách hàng đặt từ 2 bình trở lên.

③ Anh ấy muốn giao nước từ tuần này.

✏️ 보고 말하기

1 정기 배달 신청하기

👨 Tôi muốn đặt nước uống định kỳ.

Bên chị có <u>dịch vụ</u> giao nước tận nhà không?

👩 Có, anh. Anh muốn đặt định kỳ <u>như thế nào</u> ạ?

👨 3 tuần thì bên chị giao 1 bình nước cho tôi <u>vào chủ nhật</u> nhé.

2 배달 물품에 대해 상세하게 말하기

> Anh muốn nước <u>hãng nào</u> ạ?
>
> Loại bình úp hay bình có vòi thế anh?

> Chị giao cho tôi nước ABC 2l, loại úp dùng cho <u>bình nước nóng</u> nhé.

> Ok anh. Bắt đầu <u>giao</u> từ tuần này hay sao ạ?

> Từ <u>tuần này</u> đi chị.

실력 확인하기

1 ① tận nhà ② chung cư, nhà riêng ③ có vòi

2 ① giao ② thang máy ③ lần sau

3 ① Tôi muốn đặt nước uống định kỳ.

　② Anh muốn nước hãng nào?

　③ Tôi thanh toán sao?

🎧 듣기 대본 및 정답

베트남어
실전 듣기·말하기 II

A lô, bác Lan ạ? ❶ Cháu Hyojung đây ạ.
여보세요. 란 아주머니세요? 저 효정이에요.

Ừ, bác nghe đây cháu. Có ❷ chuyện gì không?
응, 나야. 무슨 일 있니?

Vâng, bác ơi, bồn cầu trong phòng cháu ❸ bị tắc rồi.
Cái này thì phải làm sao hả bác?
네, 저희 방 변기가 막혔어요.
이거 어떻게 하면 되나요?

Bị tắc rồi hả? ❹ Sao mà bị tắc thế cháu?
막혔어? 왜 막혔니?

Cháu cũng không biết nữa.
Hôm qua vẫn đi bình thường, nhưng sáng nay lại bị tắc mất.
Với cả ❺ máy nước nóng bị gì ấy, không có nước nóng bác ạ.
저도 잘 모르겠어요.
어제는 잘 됐는데, 오늘 아침에 막혀버렸어요.
그리고 온수기에 문제가 있는 것 같아요. 온수가 안 나와요.

Thế à? Thế lát cháu có ở nhà không để bác trai ❻ lên xem thế nào.
그래? 그럼 이따 집에 있니? 아저씨가 올라가서 어떻게 된 건지 보려고.

❼ Lát tối cháu về ạ.
저 저녁에 집에 갈 거예요.

Thế lát tối bác bảo bác trai lên xem cho nhé.
Nếu bác trai không sửa được thì phải ❽ gọi người.
Bác sẽ gọi thợ đến sửa, cháu tự trả tiền cho họ nhé.
그럼 저녁에 아저씨한테 올라가서 보라고 할게.
아저씨가 수리 못 하면 사람을 불러야 돼.
내가 불러주는데 비용은 효정이가 알아서 계산해줘.

Vâng ạ. Cháu cảm ơn bác.
네, 알겠습니다. 감사합니다.

Chào anh. Tôi là Mai, tôi được anh Kim ❶ giới thiệu đến đây.
Nhà anh cần người giúp việc phải không?
안녕하세요. 마이라고 해요, 김 사장님에게 추천받아서 왔어요.
가사도우미 필요하신 거 맞으시죠?

A, chào chị. Mời chị vào nhà. Tôi đang cần người giúp việc nên nhờ anh Kim giới
thiệu. Chị làm ở nhà anh Kim lâu chưa?
아, 안녕하세요. 안으로 들어오세요. 가사도우미 필요해서 김 사장님에게 추천 부탁했어요. 김 사장님 집에서
일 하신 지 얼마나 되셨나요?

Tôi làm ở nhà anh Kim được ❷ hơn 3 năm rồi. Trước đó thì tôi đã làm ở nhiều
nhà khác nữa. Tôi làm việc này hơn 10 năm rồi.
김 사장님 집에서 일한 지 3년 넘었어요. 그 전에도 많은 데서 일했어요. 이 일은 10년 이상 했어요.

Thế thì tốt quá! Tôi cần chị dọn nhà vào thứ bảy hàng tuần.
Chị có thể làm lúc đó không?
너무 좋아요! 매주 토요일마다 청소 부탁드려요. 그 시간에 일해주실 수 있나요?

Được anh. Tôi chỉ cần dọn nhà thôi hay có làm những việc khác nữa?
가능해요. 청소만 하면 되나요? 아니면 다른 일도 해야 되나요?

Chị giúp tôi dọn dẹp ❸ toàn bộ căn nhà, lau dọn những nơi như cửa sổ,
và thay ga giường mỗi tuần.
À, quần áo thì tôi sẽ tự giặt còn là thì chị làm giúp tôi nhé.
집 전체 청소, 창문 닦아주시고, 매주 침대 커버를 바꿔 주세요.
아, 옷은 제가 빨래하는데 다림질만 부탁드릴게요.

Vâng. Anh có cần tôi nấu ăn không? Tôi có thể nấu một vài món Hàn đấy.
네. 혹시 요리도 필요하세요? 저는 한국 음식 몇 가지를 할 줄 알아요.

Không cần ạ. Tôi ít ở nhà vào cuối tuần lắm. Lương thì chị tính thế nào ạ?
안 하셔도 돼요. 제가 주말에 집에 별로 없어서요. 급여는 어떻게 계산하시나요?

Thường thì tôi làm 1 giờ 50 nghìn.
Một ngày cuối tuần, mỗi ngày làm 4 tiếng thì một tháng là 800 nghìn.
보통 한 시간에 5만 동이에요.
주말에 한 번, 하루 4시간이면 한 달에 80만 동이에요.

Ok chị. Thế tuần sau chị ❹ đi làm luôn nhé.
네. 그럼 다음주부터 바로 출근해 주세요.

Chị ơi, tôi làm số điện thoại mà ở đây cho chọn sim ❶ số đẹp không chị?
저기요, 휴대 전화 번호 만드려고 하는데 여기서 좋은 번호 선택할 수 있나요?

Có anh ơi. Anh muốn chọn số theo ❷ năm sinh hay sao ạ?
Dùng mạng A hay B anh?
네, 있죠. 생년으로 번호를 선택하고 싶으신 건가요?
A 통신사 쓰세요, B 통신사 쓰세요?

Mạng A đi chị, mà có ❸ số nào dễ nhớ không chị?
A 통신사로 할게요. 그런데 기억하기 쉬운 번호 있을까요?

Có anh. ❹ Anh muốn đầu số nào? 11 số hay 10 số?
있어요. 어떤 앞자리 원하세요? 11개 숫자, 아니면 10개 숫자요?

Tìm cho tôi loại 10 số cho dễ đọc chị nhé. Đầu số 090 ạ.
말하기 편하게 10개 숫자로 번호 찾아주세요. 앞자리는 090요.

Có đây anh. 0905.123.456. Số ❺ liền kề nên dễ nhớ lắm.
여기 있어요. 0905.123.456. 붙어있는 번호니까 쉽게 기억하실 거예요.

Sim này bao nhiêu chị?
이 번호는 얼마예요?

Sim này 4 trăm rưởi anh nhé.
Trong này có sẵn 20 nghìn tiền điện thoại và 300mb(mê) để ❻ lên mạng.
Anh có thể nạp thêm và đăng ký gói cước sử dụng mạng khác.
이 번호는 45만 동이에요.
이미 통화비로 2만 동이 있고, 인터넷 데이터 300mb가 포함되어 있어요.
추가로 충전하실 수 있고, 다른 데이터 요금제로 신청하실 수 있어요.

Thế chị cho tôi ❼ 1 thẻ điện thoại 100 đi.
그럼 10만 동짜리 선불 충전카드 하나 주세요.

Đây anh ạ.
여기요.

Tôi không biết nạp tiền như thế nào. Chị giúp tôi được không?
어떻게 충전하는지 모르겠어요. 도와주실 수 있나요?

Được anh. Anh ❽ đưa em nạp cho.
네. 저한테 주시면 충전해 드릴게요.

Ở đây có ❶ sửa điện thoại không?
여기 휴대폰 수리하나요?

Vâng. Điện thoại của chị ❷ bị gì thế ạ?
네. 핸드폰에 어떤 문제가 있나요?

Hôm qua bị ❸ rơi xuống nước nên giờ không bật lên được anh ạ.
어제 물에 떨어뜨렸는데 지금 켜지지 않아요.

Rơi xuống nước lâu không chị?
물에 오랫동안 떨어져 있었나요?

Lúc bị rơi thì tôi không để ý nên ❹ không biết chắc nữa.
Chắc cũng hơn 5 phút anh ạ.
떨어질 때 몰라서 잘 모르겠어요.
아마 5분 정도 된 것 같아요.

Thế để em xem thử sao. Rơi lâu thế sợ hỏng ❺ nặng rồi đấy.
Khoảng 3 ngày sau chị quay lại lấy nhé.
그럼 제가 한번 볼게요. 오래 떨어져 있어서 심하게 고장날 수 있어요.
3일 후에 다시 오세요.

Vâng. À, sửa được thì anh thay màn hình và ❻ dán cường lực mới cho tôi nhé.
Hết bao nhiêu anh?
네. 아, 수리되면 화면 교체랑 강화 필름도 붙여주세요.
총 얼마예요?

Thay ❼ màn hình là 600 còn dán cường lực là 100 rưỡi.
Sửa máy bị rơi nước thì giá dự kiến là 300 đến 500.
Nếu phải thay linh kiện thì sẽ nhiều hơn.
Cái này phải sửa xong thì mới biết được chị ạ.
화면 교체는 60만 동, 강화 유리는 15만 동이에요.
예상 수리 비용은 30만동에서 50만 동 정도 될 것 같아요.
만약 부품을 교체해야 하면 비용이 더 나올 거예요.
수리를 다 마쳐야 알 수 있어요.

Ok anh, thế 3 ngày sau tôi ❽ quay lại nhé.
네, 그럼 3일 후에 다시 올게요.

Chị ơi.
① Ở đây có đổi tiền được không ạ?
저기요,
여기서 환전할 수 있나요?

② Có anh. Anh muốn đổi tiền gì?
네 손님. 어떻게 바꾸시겠어요?

Tôi muốn đổi 200 đô sang ③ tiền Việt. Tỷ giá bao nhiêu thế chị?
200불을 베트남 돈으로 바꾸고 싶은데요. 환율이 어떻게 되나요?

Vâng, 1 đô là 23 nghìn anh ạ.
Anh đổi 200 đô là ④ 4 triệu 6 anh nhé.
네, 1 달러당 2만 3천 동이에요.
200불 바꾸시면 460만 동입니다.

Ok chị. Cho tôi ⑤ hóa đơn nữa nhé.
오케이. 영수증도 주세요.

Vâng ạ. À, anh ⑥ muốn lấy tiền lẻ hay tiền chẵn?
네. 아, 작은 돈으로 드릴까요, 큰 돈으로 드릴까요?

Cho tôi tiền chẵn mà loại 50 ⑦ với 100 chị nhé.
큰 돈으로 5만 동 짜리, 10만 동 짜리로 주세요.

Vâng. ⑧ Của anh đây ạ.
네, 여기 있습니다.

Chào chị. Khách sạn mình có ❶ dịch vụ đổi tiền không ạ?
안녕하세요. 호텔에 환전 서비스가 있나요?

Vâng, có anh ạ. Anh ❷ cần đổi bao nhiêu ạ?
네, 있습니다. 얼마 환전하시나요, 손님?

Tôi cần đổi ❸ 400 đô.
400불 환전할게요.

Vâng ạ. Tỷ giá bên em lấy cho 1 đô là 22.500, ❹ phí đổi tiền là 100 nghìn cho
100 đô.
Anh đồng ý không ạ?
네. 저희 호텔의 환율은 1 달러에 22,500동이고, 100달러 당 환전 수수료는 10만 동을 받고 있습니다.
동의하시겠습니까?

Tỷ giá ❺ hơi thấp nhỉ? Thế chị đổi cho tôi 200 thôi nhé.
Cho tôi tờ 100 và 200 nhé.
환율이 좀 낮네요? 그럼 200불만 바꿔주세요.
10만 동 짜리와 20만 동 짜리로 주세요.

Vâng. Đổi 200 đô thì anh nhận được ❻ 4.300.000 đồng.
Em gửi anh tiền và phiếu đổi tiền. Anh xác nhận lại ❼ giúp em anh nhé.
네. 200불 환전하시면 4천 3십만 동입니다.
돈과 환전 영수증 드립니다. 다시 확인 부탁드립니다.

Ok chị. ❽ Cảm ơn chị nhé.
네. 감사합니다.

Anh ơi! Mua ❶ hoa quả đi!
저기요! 과일 사세요!

Có xoài không chị?
혹시 망고 있나요?

Có chứ ạ. Xoài ở bên trái ❷ phía trước anh đó.
Em còn nhiều loại hoa quả lắm, anh cứ xem thử đi.
당연히 있죠. 망고는 손님 왼쪽 앞에 있어요.
다양한 과일이 많아요, 천천히 보세요.

Đây là quả gì thế chị?
이건 무슨 과일이에요?

Măng cụt đó anh. Em ❸ lấy 1 trái cho anh ăn thử nhé.
망고스틴이에요. 하나 먹어볼래요?

Ôi, ❹ ngon thế! Măng cụt bán thế nào chị?
오, 맛있네요! 망고스틴 어떻게 팔아요?

100 nghìn 1 cân anh ạ.
1kg에 10만 동이에요.

Đắt quá! Chị để ❺ rẻ cho tôi đi.
너무 비싸요! 좀 싸게 해주세요.

Anh mua ❻ thêm gì nữa không? Nếu anh mua nhiều thì em bớt cho anh.
더 사실 거 있으세요? 많이 사시면 깎아 드릴게요.

Tôi định mua ❼ 4 cân xoài và 2 cân măng cụt.
망고 4kg랑 망고스틴 2kg 살게요.

Xoài ❽ vốn là 40 nghìn 1 cân nhưng em chỉ lấy anh 30 nghìn thôi.
4 cân xoài và 2 cân măng cụt là 320 anh nhé.
망고는 원래 1kg에 4만 동인데 3만 동으로 해드릴게요.
망고 4kg랑 망고스틴 2kg 하셔서 32만 동이에요.

Vâng, cho tôi gửi nhé.
네, 돈 여기요.

Anh cần tìm gì ạ?
무엇을 찾고 계세요?

Dạ không, tôi chỉ ❶ xem thử thôi ạ.
아니요. 그냥 보는 거예요.

Vâng. Đây là mẫu shop em mới ❷ nhập về. Kiểu áo này đang là hot trend mùa này đấy ạ.
네. 이거 저희 스토어에 막 들어온 모델이에요. 이 스타일이 이번 계절의 트렌드예요.

Cái này bao nhiêu tiền chị?
이거 얼마예요?

650 nghìn anh ạ.
65만 동이에요.

Áo này mà 6 trăm rưỡi thì đắt quá. Chị ❸ bớt một chút được không?
이 옷이 65만 동이면 너무 비싸네요. 조금 깎아줄 수 있나요?

Shop em bán ❹ đúng giá anh ạ.
Anh có muốn mặc thử không anh? Có màu khác nữa đấy.
저희 스토어는 정가로 판매하고 있어요. 입어보실래요? 다른 색상도 있어요.

Dạ thôi, chị bớt đi thì tôi mới mua. ❺ Chỗ khác bán rẻ hơn, tôi đi chợ hoài tôi biết mà.
괜찮아요. 깎아주셔야 살 거예요. 다른 곳은 더 싸게 팔고 있어요. 시장에 자주 가서 잘 알거든요.

Thế anh muốn bao nhiêu anh?
그러면 얼마로 원하세요?

Chị để tôi ❻ 500 nghìn đi.
50만 동으로 해주세요.

Không được anh ạ. Em chỉ có thể bớt 50 nghìn thôi.
600 là em ❼ bán lỗ cho anh đấy, người khác em không để giá như này đâu.
인돼요. 5만 동만 깎아드릴 수 있어요.
60만 동이면 손해보고 드리는 가격이에요. 다른 손님에게는 이 가격으로 판매하지 않아요.

Thế thôi ạ. 600 nghìn vẫn đắt quá, tôi ❽ không mua đâu.
그러면 됐어요. 60만 동은 여전히 너무 비싸네요. 안 살게요.

Chị ơi, ❶ cho tôi hỏi một chút. Quầy sữa ở đâu chị?
저기요, 뭐 좀 여쭤볼게요. 우유 코너가 어디 있어요?

À, anh ❷ đi thẳng đến cuối đường rồi rẽ trái là thấy nhé.
아, 끝까지 가셔서 왼쪽으로 가시면 보이실 거예요.

Cảm ơn chị nhé.
감사합니다.

Anh ơi. Anh uống thử sữa này đi ạ.
Đây là loại sữa mới ❸ ra mắt đấy anh.
저기요. 이 우유 드셔보세요.
새로 나왔어요.

Tôi uống thử ❹ hai vị này được không?
이 두 개 맛을 먹어볼 수 있나요?

Được ạ. Anh ❺ cứ uống tự nhiên nhé.
그럼요. 편하게 드세요.

Sữa này thơm nhỉ. Sữa ❻ làm từ hạt óc chó hả chị?
이 우유 정말 고소하네요. 호두로 만든 우유인가요?

Đúng rồi anh.
Đây là sữa óc chó mới ra, tốt cho tim mạch lắm ạ.
맞아요.
새롭게 나온 호두 우유인데, 심장에 아주 좋아요.

Chị cho tôi ❼ 1 hộp nhé.
À, chị có biết khu bán quần áo nằm ở đâu không?
한 박스 주세요.
아, 패션 코너가 어디 있는지 아세요?

Sữa của anh đây. Khu đó thì ❽ nằm ở tầng trên.
Anh đi thang cuốn lên trên là thấy ạ.
여기 우유 드릴게요. 그 코너는 위층에 있어요.
에스컬레이터로 올라가시면 바로 보일 거예요.

Ok, cảm ơn chị.
오케이, 감사합니다.

Của anh hết 1.106.000 đồng ạ. Anh có ❶ cần túi không ạ?
전부 1,106,000동입니다. 봉투 필요하세요?

Chị cho tôi hỏi có thể đăng ký giao hàng không ạ?
Đồ hơi nhiều nên tôi ❷ không tự mang về được.
배달 신청되나요?
좀 많아서 집에 못 들고 가겠네요.

Được anh. Với mỗi hóa đơn trên 200.000 đồng, siêu thị sẽ ❸ hỗ trợ giao hàng
miễn phí tùy vào địa chỉ của khách hàng. Anh thanh toán xong thì ra quầy
chăm sóc khách hàng để đăng ký anh nhé. Anh kí vào hóa đơn giúp em ạ.
네 가능합니다. 20만 동 이상 구매, 주소에 따라 무료 배달 서비스를 하고 있어요.
고객센터에 가서 신청하시면 돼요. 여기 영수증에 싸인 부탁드립니다.

Tôi biết rồi, cảm ơn chị nhé.
알겠습니다. 감사합니다.

Anh ơi, tôi muốn ❹ đăng ký giao hàng tận nhà.
저기요. 배달 서비스 신청하고 싶은데요.

Anh cho em xem hóa đơn với ạ. Nhà anh ở đâu thế?
영수증 보여주세요. 집이 어디세요?

❺ Nhà tôi ở 34 Tôn Đức Thắng, Cầu Giấy.
꺼우 지어이 군, Ton Duc Thang길 34 번지예요.

Tôn Đức Thắng thì sẽ được free ship anh nhé.
❻ Thực phẩm tươi sống hay trứng thì mình tự mang về anh nhé.
Ton Duc Thang길이면 무료 배달돼요.
신선식품이나 계란은 직접 가지고 가셔야 돼요.

Ok anh. ❼ Khoảng khi nào tôi nhận được hàng nhỉ?
네. 언제쯤 받을 수 있을까요?

Anh sẽ nhận được ❽ trong 30 phút đến 1 tiếng anh nhé.
Anh để ý điện thoại shipper gọi đến giúp em.
30분에서 1시간 사이에 받으실 수 있어요.
배달원이 전화드릴테니 받아주세요.

Chị cho tôi liều ❶ thuốc cảm.
감기약 좀 주세요.

Anh ❷ bị sao đấy anh?
어떻게 안 좋으세요?

Tôi ❸ bị sốt, đau đầu, ớn lạnh.
열나고, 머리 아프고, 오한도 있어요.

Anh bị ❹ lâu chưa? Có buồn nôn hay ho gì không?
오래 되셨나요? 메스껍거나 기침하시나요?

Tôi bị từ ❺ hôm qua.
Không thấy buồn nôn và lâu lâu cũng ho một chút, có đờm, ngứa cổ ạ.
어제부터 그랬어요.
메스껍지는 않은데 가끔 기침하고, 가래가 있고, 목이 간질간질해요.

Thế là anh ❻ bị cảm lạnh rồi đấy.
Anh có bị dị ứng với thuốc gì không?
감기 걸리셨네요.
약 알레르기 있으신가요?

Tôi không.
À, chị đừng cho thuốc ngủ vào nhé.
Vì ❼ ban ngày tôi phải đi làm.
없어요.
아, 수면제 성분이 들어간 약은 빼주세요.
낮에 출근해야 해서요.

Vâng. Tôi lấy cho anh thuốc uống trong 3 ngày, sáng trưa và tối. Mỗi loại một viên, uống sau khi ❽ ăn 30 phút nhé. Còn thuốc bột này anh uống với nước, uống trước khi ăn. Thuốc nào ghi là "tối" thì anh chỉ uống nó vào tối thôi. Nếu uống rồi mà không khỏi thì anh nhớ đến bệnh viện khám xem sao nhé.
네. 아침, 점심, 저녁, 3일 약 처방해 드릴게요. 각 한 알 씩, 식후 30분에 복용하세요. 그리고 이 가루약은 물과 함께 드시고 식전에 복용하세요. 저녁이라고 써 있는 약은 저녁에만 드세요. 약을 다 복용하셨는데 감기가 낫지 않으면 병원에 가서진찰을 받으셔야 해요.

Vâng, cảm ơn chị.
네, 감사합니다.

Mời chị ngồi. Chị đau **❶** ở đâu?

여기 앉으세요. 어디가 아프세요?

Tôi bị đau bụng **❷** cả đêm qua.

어제밤부터 계속 배가 아팠어요.

Chị mới đau từ hôm qua hay bị từ **❸** hồi nào hả chị?

어제부터 인가요, 아니면 언제부터 아프셨어요?

Cả tháng nay **❹** thỉnh thoảng có hơi đau một chút rồi thôi.
Nhưng hôm qua thì đau suốt cả đêm khiến tôi không ngủ được.
Tôi có ra tiệm thuốc mua thuốc giảm đau nhưng không hết.

이번 달에 가끔 조금씩 아프다가 괜찮아 졌어요.

그런데 어젯밤 내내 계속 아파서 잠을 못 잤어요.

약국에 가서 진통제를 샀는데 나아지지 않더라고요.

Chị đã đi khám viêm dạ dày lần nào chưa?
Trong nhà có ai có tiền sử đau dạ dày hay ung thư gì không chị?

위염 검사 받은 적이 있으신가요?

위염이나 암 가족력이 있으세요?

Tôi chưa **❺** đi khám dạ dày bao giờ.
Nhà tôi thì bên ngoại hay bị đau dạ dày, còn ung thư thì không có.

위염 검사는 받은 적이 없어요. 저희 외갓집 쪽이 위가 자주 아팠고, 암은 없어요.

Vâng. Bây giờ chị **❻** cầm giấy này ra ngoài đăng ký rồi lên tầng 2 để tôi nội soi
dạ dày cho chị nhé.

네. 지금 이 서류 가지고 나가셔서 등록하고 2층에 올라가시면 위내시경 진행해 드릴게요.

❼ Nặng lắm hả bác sĩ?

많이 심각한가요?

Phải nội soi ra thì mới biết được chị ạ.
Chị muốn nội soi gây mê hay **❽** bình thường hả chị?

내시경을 해봐야 알 수 있어요.

수면내시경 하실 건가요, 일반내시경으로 하실 건가요?

Nội soi gây mê đi ạ.

수면내시경으로 해주세요.

Chào chị. ❶ Tôi muốn cắt tóc.

안녕하세요. 머리 자르려고요.

Chào anh. Anh đã ❷ đặt lịch chưa ạ?

안녕하세요. 예약하셨나요?

Chưa chị. Tôi muốn được chị chủ cắt tóc cho. Giờ chị ấy có rảnh không ạ?

아니요. 원장님이 커트해 주셨으면 하는데. 지금 시간 되시나요?

Giờ chị Lan ❸ đang có khách ạ. Anh chưa đặt trước nên phải chờ khoảng 20 phút. Anh ngồi đây chờ một lát anh nhé.

원장님이 지금 다른 손님하고 계셔서요. 예약을 안 하셔서 20분 정도 기다려 주셔야 해요.

여기 앉으셔서 잠시만 기다려 주세요.

Chào anh. Anh đến ❹ lần đầu à? Anh muốn cắt kiểu gì?

안녕하세요. 처음 오신거죠? 어떤 스타일로 자르고 싶으세요?

Tôi cũng chưa biết. Chị thấy tôi ❺ hợp với kiểu nào chị nhỉ?

잘 모르겠어요. 어떤 스타일이 저한테 어울릴까요?

Ừm... Anh xem thử hai kiểu này. Em thấy nó hợp với mặt của anh đấy.

음... 이 두 스타일을 한번 보세요. 손님 얼굴에 잘 어울릴 것 같아요.

Thế làm cho tôi ❻ kiểu này đi. Cắt xong rồi chị gội đầu cho tôi với nhé.

그럼 이 스타일로 해주세요. 다 자른 후 머리 감아주세요.

Vâng.

네.

Xong rồi anh. Anh thấy ❼ như này được chưa?

다 됐습니다. 마음에 드시나요?

Tóc mái vẫn ❽ hơi dài một chút. Chị cắt lên cho tôi một chút nữa nhé.

앞머리가 조금 길어요. 조금 더 잘라 주세요.

Ok anh.

네, 알겠습니다.

Chào chị. Chị ❶ muốn làm gì ạ?
안녕하세요. 무엇을 하시겠어요?

Tôi muốn làm ❷ móng tay nhưng chưa làm bao giờ nên
không biết làm kiểu nào.
손톱을 하려고 하는데 해본 적이 없어서
어떤 스타일로 해야 할지 모르겠어요.

Chị ngồi đây đi ạ. Chị có thể ❸ sơn móng tay hoặc dán móng giả.
Hay là chọn vẽ móng theo kiểu đều được ạ.
Chị có muốn làm móng chân luôn không?
여기 앉으세요. 매니큐어, 인조 손톱 등 하실 수 있어요.
아니면 네일아트도 가능해요.
패디큐어도 해드릴까요?

Thế chị ❹ làm sạch rồi vẽ móng tay cho tôi nhé.
Còn móng chân thì chỉ cắt và làm sạch thôi.
그러면 깨끗하게 정리해서 네일아트 해주세요.
발톱은 그냥 자르고 정리만 해주세요

Vâng chị. Chị muốn ❺ vẽ kiểu nào?
네. 어떤 걸로 그려드릴까요?

Có ảnh ❻ tham khảo không chị?
참고할 사진이 있을까요?

Đây chị. Mấy kiểu này đang hot lắm ạ.
Chị có muốn kiểu ❼ đính đá này không?
여기요. 이 스타일들이 요새 아주 핫해요.
이 보석 스타일 하고 싶으세요?

Chị làm cho tôi kiểu đính ❽ hoa này nhé.
이 꽃무늬 보석 스타일로 해주세요.

Xin chào.
Tôi **①** muốn gửi đồ sang Hàn Quốc bằng đường biển.
안녕하세요. 해운 운송 서비스로 한국에 물건을 보내고 싶어요.

Chị gửi hàng công ty hay hàng **②** cá nhân hả chị?
Đường biển chỉ dành cho hàng công ty số lượng lớn thôi ạ.
회사에서 보내시는 건가요, 개인적으로 보내시는 건가요?
해운 운송 서비스는 대량의 회사 물건만 보내실 수 있어요.

À, tôi chỉ gửi một ít đồ cá nhân thôi.
Thế đường bay giá **③** như thế nào hả anh?
아, 개인적으로 물건 몇 개만 보낼 거예요.
그럼 항공 운송은 가격이 어떻게 되나요?

Đường bay thì 10 đô 1 cân.
Chị gửi trên **④** 10 cân sẽ có giá tốt hơn.
항공 운송은 1kg에 10불 이에요.
10kg 이상 보내시면 더 좋은 가격으로 해드릴게요.

⑤ Mất bao lâu hả anh?
Có tốn phí thông quan riêng không?
얼마나 걸리나요?
통관 수수료도 내야 하나요

Mất khoảng 2 đến 3 ngày là sẽ đến tay người nhận hàng ở Hàn Quốc.
Không tốn phí **⑥** thông quan riêng chị nhé, tiền đó đã bao gồm trong phí ship rồi ạ.
Chị gửi mặt hàng gì thế ạ?
2일에서 3일 후에 한국에서 받을 수 있어요.
통관 수수료는 없어요. 이미 운송비에 포함되어 있어요.
어떤 물건을 보내실 건가요?

⑦ Một ít quần áo và giấy tờ.
À, có thể gửi thực phẩm không anh?
옷이랑 서류요.
아, 혹시 식품도 보낼 수 있나요?

Chỉ được gửi **⑧** thực phẩm khô và không chứa thịt thôi chị ạ.
Chị điền thông tin vào đây, nếu có đồ gì không gửi được, em sẽ gọi lại cho chị sau.
건조된 것과 고기가 들어가지 않은 식품만 가능해요.
여기 정보를 작성해주세요. 보낼 수 없는 게 있으면 연락드릴게요.

A lô. Chào chị. Chị ❶ có phải là Hyojung không ạ?
여보세요. 안녕하세요. 효정 씨 맞으시죠?

Phải anh. Có chuyện gì không?
맞아요. 무슨 일인가요?

À, em là nhân viên bên công ty ❷ vận chuyển quốc tế ABC. Chị có hàng gửi từ Hàn Quốc qua đúng không ạ?
아, 저는 ABC 국제운송 회사 직원이에요.
한국에서 보낸 소포가 있으시죠?

Đúng rồi anh. Hàng ❸ đến rồi ạ?
맞아요. 물건이 도착했나요?

Vâng, hàng đến kho hôm nay rồi chị.
Bây giờ hoặc ❹ tối nay chị có nhà không ạ?
네, 오늘 창고에 도착했어요.
지금 아니면 오늘 저녁에 집에 계신가요?

Tối khoảng ❺ 7 giờ tôi có nhà đó anh.
저녁 7시쯤 집에 있어요.

Vâng. Thế 7 giờ tối em cho ❻ nhân viên đem hàng cho chị nhé.
네. 그럼 저녁 7시에 배송해 드릴게요.

Ok anh. Tôi có phải đóng ❼ thêm phí gì không?
네. 혹시 다른 추가 비용이 있나요?

Không ạ.
Tất cả các chi phí đã được người gửi trả hết rồi.
Chị nhận hàng và kiểm tra giúp em có ❽ hư hỏng gì hay không nhé.
없어요.
모든 비용은 보낸 분이 지불했어요.
물건을 받으시면 이상없는지 확인 부탁드립니다.

Xin chào. Tôi muốn đăng ký phòng tập gym.
Chị ❶ cho tôi hỏi một ít thông tin được không?
안녕하세요. 헬스장 등록하고 싶은데요.
좀 여쭤봐도 될까요?

Vâng. Anh muốn hỏi gì?
네. 어떤 게 궁금하세요?

Phòng gym mở và ❷ đóng cửa lúc mấy giờ? Tôi có thể sử dụng vào lúc nào?
몇 시에 오픈하고 몇 시 문을 닫나요? 이용은 언제 할 수 있어요?

Chỗ em mở từ 8 giờ sáng đến 10 giờ đêm. Thời gian tập gym là từ 8 giờ đến 9
giờ. Trừ Tết ra thì không nghỉ ngày ❸ nào cả ạ.
저희는 오전 8시부터 밤 10시까지 오픈해요. 헬스장 이용 시간은 오전 8시부터 밤 9시까지 예요.
설날을 제외하고는 쉬지 않아요.

Ở đây có những thiết bị nào chị nhỉ?
여기는 어떤 운동기구들이 있나요?

Có tất cả những ❹ trang thiết bị cần thiết phục vụ cho nhu cầu tập luyện
của khách hàng đấy ạ. Anh có thể vào kiểm tra luôn ạ.
고객님들의 니즈에 맞춰서 모든 운동기구가 완비되어 있어요. 들어가서 확인하실 수 있어요.

Vâng. Phí đăng ký là bao nhiêu ạ?
네, 등록비는 얼마예요?

Có nhiều loại gói cho anh ❺ lựa chọn.
Gói 1 tháng 3 triệu, 6 tháng 8 triệu, 12 tháng 10 triệu ạ.
이용권이 다양해서 선택하실 수 있어요. 1개월에 3백만 동, 6개월에 8백만 동, 12개월에 천만 동이에요.

Ở đây có huấn luyện viên không chị? Tôi muốn xin ❻ tư vấn trong quá trình
luyện tập.
여기는 트레이너가 있나요? 운동할 때 조언을 좀 받고 싶어서요.

Có 2 ❼ huấn luyện viên thay phiên nhau vào các ngày trong tuần.
Trong quá trình tập, nếu có gì cần hỏi thì anh cứ hỏi thoải mái nhé.
트레이너 두 분이 있는데 하루씩 교대로 봐드릴 거예요. 운동하실 때 문의 사항 있으면 편하게 물어보세요.

Thế thì tôi đăng ký gói ❽ 6 tháng nhé.
그러면 저 6개월 이용권 등록할게요.

Chào anh. Anh ❶ cần gì ạ?
안녕하세요. 무엇을 도와드릴까요?

Chị ơi, tôi ❷ thay áo ở đâu chị?
혹시 옷은 어디서 갈아입나요?

Anh đi thẳng rồi ❸ rẽ phải thì sẽ thấy phòng thay đồ nam đấy ạ.
직진해서 오른쪽으로 가시면 남자 탈의실이 있어요.

Tôi chưa nhận được ❹ chìa khóa tủ đựng đồ.
Chìa khóa lấy ở đâu hả chị?
락커 키를 아직 못 받았어요.
키는 어디서 받아요?

Chìa khóa được ❺ treo sẵn trong tủ bên ngoài phòng thay đồ.
Anh dùng tủ nào cũng được anh nhé.
키는 탈의실 밖 락커에 걸려 있어요.
어느 락커든 사용하시면 돼요.

Phòng tắm ở chỗ phòng thay đồ luôn hay sao chị?
Có ❻ sẵn khăn tắm chứ ạ?
샤워실은 탈의실 쪽에 있나요?
수건 있죠?

Đúng rồi anh. Trong tủ áo có sẵn khăn tắm, ❼ dầu gội và sữa tắm nhé.
Nếu ❽ thiếu thì anh ra nói, em sẽ đưa thêm ạ.
맞아요. 락커 안에 수건, 샴푸, 바디워시가 있어요.
부족하면 나가서 말씀해주세요. 더 드릴게요.

Ok. Cảm ơn chị.
네. 감사합니다.

Chào chị ạ. Chị đã đặt lịch trước chưa?
안녕하세요. 예약하셨나요?

Tôi ❶ đặt rồi chị.
네, 예약했어요.

Cho em biết tên của chị nhé.
성함 알려주세요.

Kim ạ.
김이요.

Vâng chị. Chị muốn mát xa toàn thân hay ❷ thế nào ạ?
네. 전신 마사지 원하시나요, 아니면 어떤 걸로 받고 싶으세요?

Mát xa toàn thân thì đã bao gồm mát xa chân rồi đúng không?
전신 마사지에 발 마사지도 포함되는 것이 맞죠?

Dạ, ❸ chưa chị ạ. Chị có thể chọn gói gồm mát xa toàn thân và chân chị nhé.
아니요, 손님. 패키지를 선택하실 수 있는데, 전신 마사지와 발 마사지가 같이 포함되어 있어요.

Gói đó bao nhiêu chị?
그 패키지는 얼마예요?

Có ❹ các loại gói như trong hình nhưng thường khách bên em hay làm gói B, là mát xa toàn thân 60 phút và mát xa chân 60 phút. Gói này thì 300 ạ.
사진에서 보시는 것처럼 다양한 패키지가 있는데 저희 숍에 오신 고객분들 대부분은 전신 마사지 60분, 발 마사지 60분인 B 패키지를 하세요. 이 패키지는 30만 동이에요.

Thế cho tôi gói B nhé. Tôi phải ❺ đưa tiền tip không ạ?
그럼 B 패키지로 해주세요. 팁은 따로 드려야 하나요?

Tip thì chị muốn đưa bao nhiêu ❻ cũng được ạ.
팁은 얼마를 주시든 괜찮아요.

Ok. Tôi vào phòng nào chị nhỉ?
네. 어디로 들어가나요?

Vâng. Mời chị đi ❼ lối này ạ. Chị thay sang đồ này rồi treo quần áo ở đây. Đồ nào đắt tiền thì chị cứ cầm theo nhé.
네. 이쪽으로 오세요. 이 옷으로 갈아입으시고, 손님 옷은 여기에 걸어주세요.
귀중품은 가지고 가시면 돼요.

Vâng.
네.

Khi nào thay xong thì chị đến kia ngồi chờ chút. Sẽ có nhân viên ra ❽ hướng dẫn cho chị đấy ạ.
옷을 다 갈아 입으셨으면 거기에 앉아서 잠깐 기다려주세요. 저희 직원이 안내해드릴 거예요.

Chào chị. Chị ① nằm ở đây nhé.
Em sẽ mát xa phần lưng cho mình trước ạ.
Chị thả lỏng người ra nhé.
안녕하세요. 여기 누우세요.
등부터 먼저 마사지 해드릴게요.
몸에 힘 빼주세요.

Hơi đau chị ạ. Chị ② làm nhẹ hơn chút nhé.
약간 아파요. 조금 더 약하게 해주세요.

③ Như thế này được chưa chị?
이정도 괜찮으신가요?

Được rồi chị.
Bình thường tôi làm ④ văn phòng nên cổ hơi đau.
Chị mát xa cổ kỹ giúp tôi nhé.
네 좋아요.
보통 사무실에 앉아서 일해서 목이 좀 아파요.
목 부분을 좀 많이 해주세요.

Vâng ạ. Nếu đau thì chị ⑤ cứ nói cho em nhé.
네. 아프시면 말씀해 주세요.

Xong rồi ạ.
Chị còn muốn làm thêm ⑥ chỗ nào khác không?
끝났습니다.
마사지 더 받고 싶은 부분이 있으신가요?

Không chị. ⑦ Thoải mái lắm.
없어요. 아주 편안하네요.

Vâng. Giờ chị đi ra thay đồ và ⑧ thanh toán chị nhé.
Cảm ơn chị ạ.
네. 지금 나가서 옷을 갈아 입으시고 결제해 주시면 됩니다.
감사합니다.

1과 📝 내용 확인하기

1 ① Bồn cầu ② Sao ③ về

2 ① (X) 오늘 효정이는 집에 없을 것이다.

① (X) 효정이는 방에 아무 문제가 없다.

③ (O) 만약 수리공을 부르면 비용은 효정이가 지불해야 한다.

3 다음에 알맞은 대답을 베트남어로 써 보세요.

① Vì bồn cầu trong phòng Hyojung bị tắc.

② Với cả máy nước nóng, không có nước nóng.

③ Lát tối bác trai sẽ đến nhà Hyojung.

📝 보고 말하기

1 불편 사항에 대해 상세하게 말하기

Bác ơi, bồn cầu trong phòng cháu bị tắc rồi.

Bị tắc rồi hả? Sao mà bị tắc thế cháu?

Hôm qua vẫn đi bình thường, nhưng sáng nay lại bị tắc mất.

2 집주인에게 수리 요청하기

Lát tối cháu về ạ.

Thế lát tối bác bảo bác trai lên xem cho nhé.

Nếu bác trai không sửa được thì phải gọi người.

Bác sẽ gọi thợ đến sửa, cháu tự trả tiền cho họ nhé.

Vâng ạ. Cháu cảm ơn bác.

📝 실력 확인하기

1 ① chuyện gì ② bị gì ấy, nước nóng ③ sửa được

2 ① bình thường ② xem thế nào ③ về

3 ① Bồn cầu trong phòng cháu bị tắc rồi.

② Cháu cũng không biết nữa.

③ Sáng nay lại bị tắc mất.

🖊 **내용 확인하기**

1 ① giúp ② lâu ③ nấu ăn

2 ① (X) 그녀는 그의 소개로 집에 왔다.

② (X) 그녀는 가사도우미 일을 막 시작했다.

③ (X) 그녀는 그의 집 전체 청소만 한다.

3 다음에 알맞은 대답을 베트남어로 써 보세요.

① Anh ấy nhờ chị ấy dọn nhà vào thứ bảy hàng tuần.

② Quần áo thì anh ấy tự giặt.

③ Chị ấy sẽ đi làm từ tuần sau.

🖊 **보고 말하기**

1 필요한 청소 사항에 대해 말하기

🧑 Tôi cần chị dọn nhà vào thứ bảy hàng tuần.

👩 Được anh. Tôi chỉ cần dọn nhà thôi hay có làm những việc khác nữa?

🧑 Chị giúp tôi dọn dẹp toàn bộ căn nhà, lau dọn những nơi như cửa sổ, và thay ga giường mỗi tuần.

2 비용 묻기

🧑 Lương thì chị tính thế nào ạ?

👩 Thường thì tôi làm 1 giờ 50 nghìn.

Một ngày cuối tuần, mỗi ngày làm 4 tiếng thì một tháng là 800 nghìn.

🧑 Ok chị. Thế tuần sau chị đi làm luôn nhé.

🖊 **실력 확인하기**

1 ① được, giới thiệu ② lúc đó ③ nấu, món Hàn

2 ① chị vào ② nhờ ③ 10 năm

3 ① Tôi đã làm ở nhiều nhà khác nữa.

② Tôi ít ở nhà vào cuối tuần lắm.

③ Lương thì chị tính thế nào?

3과 🖋 내용 확인하기

1 ① Dùng ② đầu ③ nạp

2 ① (X) 그는 생년으로 번호를 선택하길 원한다.

② (O) 만약 심카드를 사면 그는 인터넷을 사용할 수 있다.

③ (O) 그는 심카드를 어떻게 충전하는지 모른다.

3 다음에 알맞은 대답을 베트남어로 써 보세요.

① Anh ấy muốn là đầu số 090.

② Vì số này thì liền kề nên dễ nhớ.

③ Anh ấy mua thẻ điện thoại 100.000 đồng.

🖋 보고 말하기

1 심카드 구입하기

Chị ơi, tôi làm số điện thoại mà ở đây cho chọn sim số đẹp không chị?

Có anh ơi. Anh muốn chọn số theo năm sinh hay sao ạ?

Mạng A đi chị, mà có số nào dễ nhớ không chị?

Có anh.

2 심카드 충전 요청하기

Chị cho tôi 1 thẻ điện thoại 100 đi.

Đây anh ạ.

Tôi không biết nạp tiền như thế nào. Chị giúp tôi được không?

Được anh. Anh đưa em nạp cho.

1 ① năm sinh   ② sẵn, tiền điện thoại   ③ nạp thêm, gói cước

2 ① dễ nhớ   ② liền kề   ③ rưỡi

3 ① Tôi không biết nạp tiền như thế nào.

　 ② Chị giúp tôi được không?

　 ③ Anh đưa em nạp cho.

4과 내용 확인하기

1 ① điện thoại   ② xem   ③ xong

2 ① (O) 그녀의 휴대 전화는 켜지지 않는다.

　 ② (O) 그는 심하게 고장 났다고 생각한다.

　 ③ (O) 만약 부품을 교체해야 하면 수리비는 더 비쌀 것이다.

3 다음에 알맞은 대답을 베트남어로 써 보세요.

　 ① Vì điện thoại của chị bị rơi xuống nước.

　 ② Chị ấy sẽ đến 3 ngày sau.

　 ③ Nếu điện thoại sửa được thì thay màn hình và dán cường lực mới.

보고 말하기

1 휴대 전화의 문제점 설명하기

Hôm qua bị rơi xuống nước nên giờ không bật lên được anh ạ.

Rơi xuống nước lâu không chị?

Chắc cũng hơn 5 phút anh ạ.

Thế để em xem thử sao.

2 휴대 전화 수리 시 추가 요청하기

Sửa được thì anh thay màn hình và dán cường lực mới cho tôi nhé.

Hết bao nhiêu anh?

Thay màn hình là 600 còn dán cường lực là 100 rưỡi.

Sửa máy bị rơi xuống nước thì giá dự kiến là 300 đến 500.

Cái này phải sửa xong thì mới biết được chị ạ.

Ok anh, thế 3 ngày sau tôi quay lại nhé.

실력 확인하기

1 ① bị rơi   ② màn hình, 100 rưỡi   ③ sửa xong

2 ① sửa   ② bị ③ nặng

3 ① Điện thoại của chị bị gì thế ạ?

② Khoảng 3 ngày sau chị quay lại lấy nhé.

③ Nếu phải thay linh kiện thì sẽ nhiều hơn.

5과 ### 내용 확인하기

1 ① đổi tiền   ② Tỷ giá   ③ tiền lẻ

2 ① (O) 그는 달러를 가지고 있다.

② (X) 그는 300 달러를 바꾸고 싶어 한다.

③ (O) 그는 영수증을 받길 원한다.

3 다음에 알맞은 대답을 베트남어로 써 보세요.

① Anh ấy muốn đổi đô sang tiền Việt.

② Một đô là 23 nghìn.

③ Anh ấy muốn tiền chẵn.

보고 말하기

1 환율 물어보기

Chị ơi. Ở đây có đổi tiền được không ạ?

Có anh. Anh muốn đổi tiền gì?

Tôi muốn đổi 200 đô sang tiền Việt. Tỷ giá bao nhiêu thế chị?

Vâng, 1 đô là 23 nghìn anh ạ.

2 원하는 액수의 화폐 요청하기

À, anh muốn lấy tiền lẻ hay tiền chẵn?

Cho tôi tiền chẵn mà loại 50 với 100 chị nhé.

Vâng. Của anh đây ạ.

실력 확인하기

1 ① tiền gì   ② 200 đô   ③ tiền chẵn

2 ① đổi tiền   ② sang   ③ Của anh

3 ① Tỷ giá bao nhiêu thế chị?

② 1 đô là 23 nghìn anh.

③ Cho tôi hóa đơn nữa nhé.

6과 ### 내용 확인하기

1 ① đổi tiền   ② đồng ý   ③ xác nhận

2 ① (X) 그는 환전소에 있다.

② (O) 그는 달러를 바꾸길 원한다.

③ (O) 그는 200불만 바꾼다.

3 다음에 알맞은 대답을 베트남어로 써 보세요.

① Anh ấy đến tiếp tân để đổi tiền.

② Phí đổi tiền là 100 nghìn cho 100 đô.

③ Vì tỷ giá ở đây hơi thấp.

보고 말하기

1 호텔에 환전 서비스가 있는지 물어보기

Chào chị. Khách sạn mình có dịch vụ đổi tiền không ạ?

Vâng, có anh ạ. Anh cần đổi bao nhiêu ạ?

Tôi cần đổi 400 đô.

2 환선 금액 말하기

👤 Tỷ giá hơi thấp nhỉ? Thế chị đổi cho tôi 200 thôi nhé.

👩 Vâng. Đổi 200 đô thì anh <u>nhận được</u> 4.300.000 đồng.

Em gửi anh tiền và <u>phiếu đổi tiền</u>.

Anh xác nhận lại giúp em anh nhé.

🖊 **실력 확인하기**

1 ① cần đổi   ② nhận   ③ xác nhận

2 ① hơi thấp   ② tờ   ③ gửi

3 ① Tôi cần đổi 400 đô.

② Tỷ giá bên em lấy cho 1 đô là 22.500.

③ Thế chị đổi cho tôi 200 thôi nhé.

7과 🖊 **내용 확인하기**

1 ① xoài   ② quả   ③ bán

2 ① (O) 그는 과일을 사고 싶어 한다.

② (O) 그는 망고스틴이 매우 맛있다고 느꼈다.

③ (O) 그는 망고 4 kg과 망고스틴 2kg을 살 것이다.

3 다음에 알맞은 대답을 베트남어로 써 보세요.

① Chị ấy nói là mua thêm gì nữa thì sẽ bớt cho.

② Anh ấy định mua xoài và măng cụt.

③ Anh ấy sẽ trả 320 nghìn đồng.

🖊 **보고 말하기**

1 가격 묻기

👤 <u>Đây là</u> quả gì thế chị?

👩 Măng cụt đó anh. Em lấy 1 trái cho anh <u>ăn thử</u> nhé.

Ôi, ngon thế! Măng cụt bán thế nào chị?

100 nghìn 1 cân anh ạ.

2 가격 흥정하기

Đắt quá! Chị để rẻ cho tôi đi.

Nếu anh mua nhiều thì em bớt cho anh.

Tôi định mua 4 cân xoài và 2 cân măng cụt.

Xoài vốn là 40 nghìn 1 cân nhưng em chỉ lấy anh 30 nghìn thôi.

실력 확인하기

1 ① ơi, Mua   ② rẻ, tôi   ③ 4 cân, 320

2 ① nhiều loại   ② ăn thử   ③ đắt

3 ① Măng cụt bán thế nào chị?

 ② Anh mua thêm gì nữa không?

 ③ Em bớt cho anh.

8과 ### 내용 확인하기

1 ① tìm   ② bớt   ③ mặc

2 ① (X) 그는 셔츠를 찾고 있다.

 ② (O) 그는 지금 보고 있는 옷이 저렴하지 않다고 생각한다.

 ③ (X) 그는 이 옷을 사기로 했다.

3 다음에 알맞은 대답을 베트남어로 써 보세요.

 ① Kiểu áo đó đang là hot trend mùa này.

 ② Vì shop này bán đúng giá.

 ③ Anh ấy đi chợ hoài.

🖋 보고 말하기

1 가격 흥정하기

🧑 Cái này bao nhiêu tiền chị?

👩 650 nghìn anh ạ.

🧑 Áo này mà 6 trăm rưỡi thì đắt quá. Chị bớt một chút được không?

👩 Shop em bán đúng giá anh ạ.

2 거절 표현하기

🧑 Chị bớt đi thì tôi mới mua. Chị để tôi 500 nghìn đi.

👩 Không được anh ạ. Em chỉ có thể bớt 50 nghìn thôi.

🧑 Thế thôi ạ. 600 nghìn vẫn đắt quá, tôi không mua đâu.

🖋 실력 확인하기

1 ① kiểu, mùa này   ② đúng giá   ③ chỗ khác, hoài

2 ① mới nhập   ② bớt   ③ màu khác

3 ① Tôi chỉ xem thử thôi.

   ② Chị bớt đi thì tôi mới mua.

   ③ 600 nghìn vẫn đắt quá.

9과 🖋 내용 확인하기

1 ① Quầy   ② tự nhiên   ③ làm

2 ① (O) 그는 우유 코너가 어디인지 모른다.

   ② (O) 그는 두 가지 맛을 먹어 보길 원한다.

   ③ (X) 우유를 사고 난 후, 그는 집으로 바로 갈 것이다.

3 다음에 알맞은 대답을 베트남어로 써 보세요.

   ① Đi thẳng đến cuối đường rồi rẽ trái.

② Sữa làm từ hạt óc.

③ Khu quần áo nằm ở tầng trên.

📝 보고 말하기

1 구매하고 싶은 물건 위치 물어보기

> Chị ơi, cho tôi hỏi một chút. <u>Quầy sữa</u> ở đâu chị?

> À, anh đi thẳng đến <u>cuối đường</u> rồi <u>rẽ trái</u> là thấy nhé.

> Cảm ơn chị nhé.

2 시식 가능한지 물어보기

> Anh ơi. Anh <u>uống thử</u> sữa này đi ạ.

> Đây là loại sữa mới ra mắt đấy anh.

> Tôi uống thử hai vị này <u>được không</u>?

> Được ạ. Anh cứ uống <u>tự nhiên</u> nhé.

📝 실력 확인하기

1 ① loại sữa   ② khu, quần áo   ③ thang cuốn

2 ① mới nhập   ② bớt   ③ màu khác

3 ① Anh uống thử sữa này đi.

② Sữa này thơm nhỉ.

③ Chị cho tôi 1 hộp nhé.

10과 📝 내용 확인하기

1 ① hết   ② kí   ③ hóa đơn

2 ① (O) 그는 배달 신청을 하고 싶어 한다.

② (O) 그는 고객센터에서 배달 신청을 할 수 있다.

③ (O) 그의 집은 무료 배달이 된다.

3 다음에 알맞은 대답을 베트남어로 써 보세요.

① Vì đồ hơi nhiều nên anh ấy không tự mang về được.

② Mỗi hóa đơn trên 200.000 đồng là siêu thị sẽ hỗ trợ giao hàng miễn phí.

③ Anh ấy sẽ nhận được trong 30 phút đến 1 tiếng.

✎ 보고 말하기

1 배달 신청하기

Chị cho tôi hỏi có thể đăng ký giao hàng không ạ?
Đồ hơi nhiều nên tôi không tự mang về được.

Được anh. Với mỗi hóa đơn trên 200.000 đồng, siêu thị sẽ hỗ trợ giao hàng miễn phí tùy vào địa chỉ của khách hàng.

2 배달 완료 시간 물어보기

Nhà tôi ở 34 Tôn Đức Thắng, Cầu Giấy.

Tôn Đức Thắng thì sẽ được free ship anh nhé.

Ok anh. Khoảng khi nào tôi nhận được hàng nhỉ?

Anh sẽ nhận được trong 30 phút đến 1 tiếng anh nhé.

✎ 실력 확인하기

1 ① hơi nhiều, mang về   ② Khoảng, hàng   ③ để ý, gọi

2 ① tận   ② Nhà tôi   ③ thực phẩm

3 ① Chị cho tôi hỏi có thể đăng ký giao hàng không?

② Anh cho em xem hóa đơn với ạ.

③ Nhà anh ở đâu thế?

11과 ✎ 내용 확인하기

1 ① lâu   ② buồn nôn   ③ dị ứng

2 ① (O) 그는 감기에 걸렸다.

② (X) 그는 약 알레르기가 있다.

③ (O) 낮에는 그는 보통 일을 하러 간다.

3 다음에 알맞은 대답을 베트남어로 써 보세요.

① Anh ấy bị sốt, đau đầu, ớn lạnh, ho, có đờm và ngứa cổ.

② Anh ấy bị từ hôm qua.

③ Chị ấy lấy cho anh ấy thuốc uống trong 3 ngày.

✏ 보고 말하기

1 증상 말하고 약 구매하기

👤 Chị cho tôi liều thuốc cảm.

👤 Anh bị sao đấy anh?

👤 Tôi bị sốt, đau đầu, ớn lạnh.

👤 Thế là anh bị cảm lạnh rồi đấy.

2 처방에 관해 요청 사항 말하기

👤 À, chị đừng cho thuốc ngủ vào nhé. Vì ban ngày tôi phải đi làm.

👤 Vâng. Tôi lấy cho anh thuốc uống trong 3 ngày, sáng trưa và tối.
Mỗi loại một viên, uống sau khi ăn 30 phút nhé.

👤 Vâng, cảm ơn chị.

✏ 실력 확인하기

1 ① bị sốt, đau đầu   ② lấy, trong   ③ ghi là, chỉ uống

2 ① buồn nôn   ② hôm qua   ③ thuốc bột

3 ① Thế là anh bị cảm lạnh rồi đấy.

② Anh có bị dị ứng với thuốc gì không?

③ Vì ban ngày tôi phải đi làm.

12과 🖊 **내용 확인하기**

1 ① đau ② bị ③ khám

2 ① (O) 그녀는 약 한 달 동안 배가 아팠다.

② (O) 그녀는 약을 사서 먹었지만, 여전히 아팠다.

③ (X) 그녀는 위염 검사를 몇 번 받았다.

3 다음에 알맞은 대답을 베트남어로 써 보세요.

① Chị ấy bị đau bụng cả đêm qua.

② Bên ngoại của chị ấy hay bị đau dạ dày, còn ung thư thì không có.

③ Chị ấy muốn nội soi gây mê.

🖊 **보고 말하기**

1 증상 상세하게 말하기

🧑 Tôi bị <u>đau bụng</u> cả đêm qua.

🧑 Chị mới đau từ hôm qua hay bị từ hồi nào hả chị?

🧑 Cả tháng nay thỉnh thoảng có hơi đau một chút rồi thôi.

Nhưng hôm qua thì đau suốt cả đêm khiến tôi <u>không ngủ</u> được.

Tôi có ra tiệm thuốc mua <u>thuốc giảm đau</u> nhưng không hết.

2 상태의 위중함에 대해 묻기

🧑 Bây giờ chị cầm giấy này ra ngoài <u>đăng ký</u> rồi lên tầng 2 để tôi nội soi <u>dạ dày</u> cho chị nhé.

🧑 Nặng lắm hả bác sĩ?

🧑 Phải nội soi ra thì <u>mới biết được</u> chị ạ.

🖊 **실력 확인하기**

1 ① tiệm thuốc, hết ② chưa, bao giờ ③ Phải, mới

2 ① thỉnh thoảng ② ngoại ③ nặng

3 ① Tôi bị đau bụng cả đêm qua.

② Chị đã đi khám viêm dạ dày lần nào chưa?

③ Chị muốn nội soi gây mê hay bình thường hả chị?

13과 🖋 **내용 확인하기**

1 ① đặt lịch ② rảnh ③ cắt

2 ① (X) 그는 예약을 했다.

② (O) 그는 원장님이 그의 머리를 잘라주길 원한다.

③ (X) 그는 지금 바로 머리를 자를 수 있다.

3 다음에 알맞은 대답을 베트남어로 써 보세요.

① Vì anh ấy chưa đặt trước.

② Anh ấy muốn sau khi cắt xong gội đầu.

③ Anh ấy muốn cắt lên tóc mái một chút nữa.

🖋 **보고 말하기**

1 원하는 헤어 디자이너 요청하기

👩 Chào anh. Anh đã đặt lịch chưa ạ?

👨 Chưa chị. Tôi muốn được chị chủ cắt tóc cho.
Giờ chị ấy có rảnh không ạ?

👩 Giờ chị Lan đang có khách ạ.
Anh chưa đặt trước nên phải chờ khoảng 20 phút.

2 어울리는 헤어 스타일 추천 받기

👩 Anh muốn cắt kiểu gì?

👨 Tôi cũng chưa biết.
Chị thấy tôi hợp với kiểu nào chị nhỉ?

👩 Ừm... Anh xem thử hai kiểu này.

Em thấy nó hợp với mặt của anh đấy.

✏️ 실력 확인하기

1 ① đã, chưa ② có khách ③ như này

2 ① lần đầu ② gội ③ hơi

3 ① Anh ngồi đây chờ một lát anh nhé.

② Em thấy nó hợp với mặt của anh đấy.

③ Chị cắt lên cho tôi một chút nữa nhé.

14과 ✏️ 내용 확인하기

1 ① móng chân ② kiểu ③ ảnh

2 ① (O) 그녀는 네일아트를 받아본 적이 없다.

② (X) 그녀는 손톱과 발톱도 받을 것이다.

③ (O) 그녀는 보석 스타일을 원한다.

3 다음에 알맞은 대답을 베트남어로 써 보세요.

① Người nhân viên nói là có thể sơn móng tay, dán móng giả, chọn vẽ móng theo kiểu thì được.

② Người khách hàng nói là móng chân thì chỉ cắt và làm sạch.

③ Người khách hàng muốn kiểu đính hoa.

✏️ 보고 말하기

1 네일아트에 관한 요청 사항 말하기

👩 Tôi muốn làm móng tay nhưng chưa làm bao giờ nên không biết làm kiểu nào.

👩 Chị có thể sơn móng tay hoặc dán móng giả.

Hay là chọn vẽ móng theo kiểu đều được ạ.

Chị có muốn làm móng chân luôn không?

👩 Thế chị làm sạch rồi vẽ móng tay cho tôi nhé.

Còn móng chân thì chỉ cắt và làm sạch thôi.

2 참고할 수 있는 사항 물어보기

 Chị muốn vẽ kiểu nào?

 Có ảnh tham khảo không chị?

 Đây chị. Mấy kiểu này đang hot lắm ạ.

🖊 실력 확인하기

1 ① móng chân, thôi ② tham khảo, chị ③ làm cho, kiểu

2 ① giá ② vẽ ③ sạch

3 ① Chị có muốn làm móng chân luôn không?

   ② Chị muốn vẽ kiểu nào?

   ③ Mấy kiểu này đang hot lắm ạ.

15과 🖊 내용 확인하기

1 ① cá nhân ② đường bay ③ trên

2 ① (O) 그녀는 한국으로 물건을 보내길 원한다.

   ② (O) 그녀는 개인 물건을 보낸다.

   ③ (O) 그녀는 통관 수수료 없이 물건을 보낸다.

3 다음에 알맞은 대답을 베트남어로 써 보세요.

   ① Đường biển chỉ dành cho hàng công ty số lượng lớn.

   ② Mất khoảng 2 đến 3 ngày.

   ③ Chỉ được gửi thực phẩm khô và không chứa thịt.

🖊 보고 말하기

1 해외 운송 서비스 신청하기

Xin chào. Tôi muốn gửi đồ sang Hàn Quốc bằng đường biển.

Chị gửi hàng công ty hay hàng cá nhân hả chị?

Đường biển chỉ dành cho hàng công ty số lượng lớn thôi ạ.

À, tôi chỉ gửi một ít đồ cá nhân thôi.

2 운송 가능한 물품인지 확인하기

À, có thể gửi thực phẩm không anh?

Chỉ được gửi thực phẩm khô và không chứa thịt thôi chị ạ.

Chị điền thông tin vào đây, nếu có đồ gì không gửi được, em sẽ gọi lại cho chị sau.

🖊 실력 확인하기

1 ① công ty   ② gửi, hơn   ③ Mất, tay, nhận hàng

2 ① đường bay   ② khô   ③ điền

3 ① Có tốn phí thông quan riêng không?

② Một ít quần áo và giấy tờ.

③ Em sẽ gọi lại cho chị sau.

16과 🖊 내용 확인하기

1 ① chuyện   ② hàng   ③ đến

2 ① (X) 물건이 지난 밤에 창고에 도착했다.

② (X) 오늘 저녁에 그녀는 집에 없다.

③ (X) 그녀는 운송 회사로 물건을 받으러 가야 한다.

3 다음에 알맞은 대답을 베트남어로 써 보세요.

① Người đó là nhân viên công ty vận chuyển quốc tế ABC.

② Chị ấy sẽ nhận hàng 7 giờ tối nay.

③ Vì tất cả các chi phí đã được người gửi trả hết.

📝 보고 말하기

1 물건이 도착했는지 확인하기

👨 Em là <u>nhân viên</u> bên công ty vận chuyển quốc tế ABC.

Chị có hàng <u>gửi từ</u> Hàn Quốc qua đúng không ạ?

👩 <u>Đúng rồi</u> anh. Hàng đến rồi ạ?

👨 Vâng, hàng đến <u>kho</u> hôm nay rồi chị.

2 추가 비용 물어보기

👩 Tôi có phải đóng thêm <u>phí gì</u> không?

👨 Không ạ.

Tất cả các chi phí đã được người gửi <u>trả hết</u> rồi.

Chị nhận hàng và <u>kiểm tra</u> giúp em có hư hỏng gì hay không nhé.

📝 실력 확인하기

1 ① có phải là   ② đến, hôm nay   ③ em cho, đem hàng

2 ① vận chuyển   ② đóng   ③ gửi

3 ① Có chuyện gì không?

② Bây giờ hoặc tối nay chị có nhà không?

③ Kiểm tra giúp em có hư hỏng gì hay không nhé.

17과 📝 내용 확인하기

1 ① sử dụng   ② Trừ   ③ Phí

2 ① (O) 그는 헬스장을 등록하고 싶어 한다.

② (X) 헬스장은 1년 내내 휴일이 없다.

③ (O) 등록비는 패키지에 따라 다르다.

3 다음에 알맞은 대답을 베트남어로 써 보세요.

① Thời gian tập gym là từ 8 giờ sáng đến 9 giờ tối.

② Có tất cả những trang thiết bị cần thiết phục vụ cho nhu cầu tập luyện của khách hàng.

③ Vì anh ấy muốn xin tư vấn trong quá trình luyện tập.

✎ 보고 말하기

1 헬스장 이용 시간과 비용 문의하기

Phòng gym mở và đóng cửa lúc mấy giờ?

Phí đăng ký là bao nhiêu ạ?

Chỗ em mở từ 8 giờ sáng đến 10 giờ đêm.

Thời gian tập gym là từ 8 giờ đến 9 giờ.

Gói 1 tháng 3 triệu, 6 tháng 8 triệu, 12 tháng 10 triệu ạ.

2 트레이너 여부 문의하기

Ở đây có huấn luyện viên không chị?

Tôi muốn xin tư vấn trong quá trình luyện tập.

Có 2 huấn luyện viên thay phiên nhau vào các ngày trong tuần.

Trong quá trình tập, nếu có gì cần hỏi thì anh cứ hỏi thoải mái nhé.

✎ 실력 확인하기

1 ① một ít, được không   ② Tết, nghỉ   ③ có thể, luôn

2 ① những   ② lựa chọn   ③ trong

3 ① Tôi có thể sử dụng vào lúc nào?

② Tôi muốn xin tư vấn trong quá trình luyện tập.

③ Thế thì tôi đăng ký gói 6 tháng nhé.

18과 ### ✎ 내용 확인하기

1 ① thay   ② Chìa khóa   ③ khăn tắm

2 ① (O) 그는 탈의실이 어딘지 모른다.

② (X) 그는 이미 락커 키를 받았다.

③ (X) 여기는 수건이 없어서 그는 집에서 수건을 가져와야 한다.

3 다음에 알맞은 대답을 베트남어로 써 보세요.

① Chìa khóa được treo sẵn trong tủ bên ngoài phong thay đồ.

② Trong tủ áo có sẵn khăn tắm, dầu gội và sữa tắm.

③ Chị ấy nói là nếu thiếu thì anh ấy ra nói, chị ấy sẽ đưa thêm.

📝 보고 말하기

1 이용 시설의 위치 물어보기

🧑 Chị ơi, tôi thay áo ở đâu chị?

👩 Anh đi thẳng rồi rẽ phải thì sẽ thấy phòng thay đồ nam đấy ạ.

2 비치된 물품에 대해 문의하기

🧑 Phòng tắm ở chỗ phòng thay đồ luôn hay sao chị?
Có sẵn khăn tắm chứ ạ?

👩 Đúng rồi anh. Trong tủ áo có sẵn khăn tắm, dầu gội và sữa tắm nhé.
Nếu thiếu thì anh ra nói, em sẽ đưa thêm ạ.

📝 실력 확인하기

1 ① đi thẳng, sẽ thấy ② chưa, tủ dựng đồ ③ Chìa khóa, trong, phòng thay đồ

2 ① tắm ② sữa tắm ③ thiếu

3 ① Tôi thay áo ở đâu chị?

② Chìa khóa lấy ở đâu hả chị?

③ Có sẵn khăn tắm chứ ạ?

19과 📝 내용 확인하기

1 ① đặt lịch ② toàn thân ③ chân

2 ① (O) 그녀는 예약을 했다.

② (X) 그녀는 전신 마사지만 원한다.

③ (X) 팁은 한 번에 5만 동이다.

3 다음에 알맞은 대답을 베트남어로 써 보세요.

① Họ hay làm gói B, là mát xa toàn thân 60 phút và mát xa chân 60 phút.

② Gói đó là 300.000.

③ Người nhân viên nói là đồ đắt tiền thì người khách hàng cứ cầm theo.

📝 보고 말하기

1 이용하고 싶은 마사지 말하기

Chị có thể chọn gói gồm mát xa toàn thân và chân chị nhé.

Có các loại gói như trong hình nhưng thường khách bên em hay làm gói B, là mát xa toàn thân 60 phút và mát xa chân 60 phút. Gói này thì 300 ạ.

Thế cho tôi gói B nhé.

2 팁 물어보기

Tôi phải đưa tiền tip không ạ?

Tip thì chị muốn đưa bao nhiêu cũng được ạ.

Ok. Tôi vào phòng nào chị nhỉ?

Vâng. Mời chị đi lối này ạ.

📝 실력 확인하기

1 ① mát xa, hay   ② đồ này, treo   ③ nhân viên, cho chị

2 ① đặt   ② chân   ③ thay xong

3 ① Cho em biết tên của chị nhé.

② Tôi phải đưa tiền tip không ạ?

③ Mời chị đi lối này ạ.

20과 🖋 **내용 확인하기**

1 ① người ② cổ ③ thêm

2 ① (X) 그녀는 마사지를 목부터 시작한다.

　② (O) 그녀는 마사지를 조금 더 약하게 받길 원한다.

　③ (O) 마사지가 끝난 후, 그녀는 매우 편안함을 느꼈다.

3 다음에 알맞은 대답을 베트남어로 써 보세요.

　① Vì chị ấy thấy hơi đau.

　② Vì bình tường chị ấy làm văn phòng.

　③ Người nhân viên nói là đi ra thay đồ và thanh toán.

🖋 **보고 말하기**

1 마사지 강도에 대해 요청하기

🧑 　Hơi đau chị ạ. Chị làm nhẹ hơn chút nhé.

🧑 　Như thế này được chưa chị?

🧑 　Được rồi chị.

2 마사지 받고 싶은 부분에 대해 말하기

🧑 　Bình thường tôi làm văn phòng nên cổ hơi đau.

🧑 　Vâng ạ. Nếu đau thì chị cứ nói cho em nhé.

🧑 　Xong rồi ạ. Chị còn muốn làm thêm chỗ nào khác không?

🧑 　Không chị. Thoải mái lắm.

🖋 **실력 확인하기**

1 ① phần lưng, trước ② Bình thường, cổ ③ Giờ, thay đồ

2 ① nằm ② cứ nói ③ chỗ nào

3 ① Chị thả lỏng người ra nhé.

　② Chị làm nhẹ hơn chút nhé.

　③ Chị mát xa cổ kỹ giúp tôi nhé.

📔 메모장

📋 메모장

S 시원스쿨닷컴